YẾU LƯỢC
CÁC GIAI ĐOẠN
TRÊN ĐƯỜNG TU
GIÁC NGỘ

YẾU LƯỢC CÁC GIAI ĐOẠN TRÊN ĐƯỜNG TU GIÁC NGỘ

TIỂU NHỎ Việt dịch
NGUYỄN MINH TIẾN hiệu đính

Bản quyền Việt dịch thuộc về dịch giả và Nhà xuất bản Liên Phật Hội (United Buddhist Publisher).

Copyright © 2017 by Nguyen Minh Tien
ISBN-13: 978-1545519752
ISBN-10: 1545519757

© All rights reserved. No part of this book may be reproduced by any means without prior written permission from the publisher.

ĐỨC ĐẠT-LAI LẠT-MA XIV

TIỂU NHỎ *Việt dịch*
NGUYỄN MINH TIẾN *hiệu đính*

YẾU LƯỢC CÁC GIAI ĐOẠN TRÊN ĐƯỜNG TU GIÁC NGỘ

NGUYÊN TÁC
THE ABRIDGED STAGES OF
THE PATH TO ENLIGHTENMENT
LUẬN GIẢI CỦA NGÀI TSONGKHAPA

NHÀ XUẤT BẢN LIÊN PHẬT HỘI

ĐẠI SƯ TSONGKHAPA
(1357 - 1419)

DẪN NHẬP

Hôm nay có khá nhiều người thuộc mọi thành phần xã hội cùng tề tựu ở đây, kể cả một số người đến từ Tây Tạng. Hôm nay, chúng ta tề tựu về đây không phải để nghe kể chuyện này, chuyện nọ, mà là để lắng nghe Phật pháp. Việc chuyển hóa thân, khẩu, ý của quý vị là điều quan trọng, để thẳng tiến đến giác ngộ nếu có thể. Do đó, ít nhất là trong các buổi giảng Pháp này, quý vị hãy cố gắng hướng tâm vào việc tu tập tâm linh. Hãy cố gắng ghi nhớ bất kỳ ý nghĩa nào mà quý vị tiếp nhận được từ các buổi giảng Pháp này và nỗ lực thực hành theo đó cho thuần thục. Nghe giảng Pháp không chỉ là để trau dồi học thuật, mà mục đích chính là để thuần phục và chuyển hóa tâm. Do đó, điều quan trọng là sau khi nghe giảng Pháp, chúng ta phải đạt được kết quả là có sự chuyển hóa trong cuộc sống của mình.

Thông thường, trước một buổi giảng Pháp chúng ta tụng các bài kệ quy y Tam bảo (Phật, Pháp, Tăng-già) và phát tâm Bồ-đề, vốn là tinh túy của Phật pháp. Hai dòng kệ đầu tiên là: *"Con nguyện quy y Phật, Pháp, Tăng từ nay cho đến khi đạt giác ngộ."*

Quy y nghĩa là từ trong sâu thẳm lòng mình đã đặt niềm tin và phó thác [cuộc đời mình] cho Tam bảo (Phật, Pháp, Tăng-già). Quý vị chỉ trở thành Phật tử khi đã giao phó chính bản thân mình cho Phật, Pháp, Tăng. Điều quan trọng là phải có sự nhận hiểu rõ ràng về bản chất của Phật, Pháp và Tăng-già. Sự nhận hiểu đó được thực hiện thông qua việc học hỏi nghiên cứu (văn), suy ngẫm (*tư*) và thực hành thiền định (tu). Người đời không có sự nhận hiểu rõ ràng như trên và chỉ đơn giản làm theo thói quen truyền thống từ xưa mà tụng đọc: *"Con xin quy y Lạt-ma, con xin quy y Phật, Pháp, Tăng"* nhưng không hề hiểu rõ bản chất của Phật, Pháp và Tăng, nên họ sẽ không thể quy y một cách sâu xa. Họ chưa đạt đến lòng tin thực sự thông qua sự suy luận hay học hỏi nghiên cứu. Do đó, có thể có nhiều mức độ quy y khác nhau, tùy thuộc vào sự quan tâm, nghiên cứu học hỏi và trí thông minh của quý vị.

Phương cách quy y chân thật nơi Phật, Pháp, Tăng là noi gương Tam bảo. Quý vị phát nguyện tự mình sẽ là Phật, là Pháp, sẽ khơi dậy Chánh pháp ngay trong tâm thức của chính mình. Khi nói về quy y, có nhiều cách để tiến hành điều đó. Thông thường, chúng ta nương tựa vào người nào có khả năng bảo vệ, che chở cho ta. Về một phương diện, nếu ai đó có khả năng loại bỏ khổ đau và giúp đỡ chúng ta, ta sẽ nương tựa vào người đó. Mặt khác, nếu quý vị có khả năng tự chu toàn mọi trách nhiệm của mình, quý vị có thể sống tương đối độc lập và không cần thiết phải nương tựa vào ai cả.

Dẫn nhập

Do đó, có hai mức độ quy y Phật, Pháp, Tăng. Mức độ thứ nhất là tự xem mình thuộc hạng thấp kém hơn và chẳng bao giờ nghĩ đến việc thành Phật. Mức độ thứ hai là quy y Phật, Pháp, Tăng với tâm nguyện tự mình sẽ thành Phật và khơi dậy Chánh pháp trong tâm thức của mình. Cách quy y này là sâu sắc hơn và dũng mãnh hơn nhiều. Tất cả đều tùy thuộc vào tầng bậc tâm linh của mỗi người.

Sau đó, quý vị sẽ phát tâm Bồ-đề. Hai dòng cuối trong bài kệ truyền thống nói lên rằng: *"Nhờ công đức tích lũy được bằng cách bố thí, trì giới,[1] v.v... nguyện rằng con sẽ đạt đến quả Phật vì lợi lạc cho tất cả chúng sinh."* Điều này chỉ rõ rằng, mục đích của việc tu tập Phật pháp không phải chỉ vì lợi ích riêng cho bản thân quý vị, mà là để đạt đến giác ngộ vì lợi lạc cho tất cả chúng sinh. Đó là một khuynh hướng vô cùng kỳ diệu và cao quý và là điều mà tất cả chúng ta đều nên hướng đến. Nếu quý vị có được một tâm Bồ-đề như vậy, thì đó sẽ là nguồn gốc của tất cả những thiện hạnh tuyệt hảo.

Khi quý vị tụng đọc bài kệ quy y Tam bảo (Phật, Pháp, Tăng-già) và phát tâm Bồ-đề như trên, quý vị phải hồi hướng mọi công đức đã tạo về cho lợi lạc của tất cả chúng sinh. Vị thầy phải giảng Pháp với động cơ như thế, và người nghe Pháp cũng phải lắng nghe với động cơ như thế. Cho dù hành trì pháp môn nào, cho dù là lễ lạy hay cung kính đi nhiễu, quý vị cũng

---

[1] Nói tóm gọn việc thực hành đầy đủ sáu pháp ba-la-mật, bao gồm: bố thí, trì giới, tinh tấn, nhẫn nhục, thiền định và trí tuệ.

đều phải thực hành với một động cơ như thế. Được vậy thì tất cả thiện hạnh của quý vị sẽ trở thành nhân để đạt đến giác ngộ vì lợi lạc của tất cả chúng sinh. Nếu quý vị suy ngẫm về ý nghĩa của chỉ một bài kệ này khi tụng đọc, thì sự tu tập của quý vị cũng sẽ trở nên sâu sắc. Hãy suy ngẫm theo cách sao cho quý vị thực sự có thể khởi phát một cảm xúc mạnh mẽ trong tâm.

Thường thì chúng ta tụng bài kệ này ba lần. Như vậy là để đảm bảo rằng chúng ta suy ngẫm về ý nghĩa của bài kệ, và thông qua việc suy ngẫm nhiều lần về ý nghĩa của bài kệ, ta sẽ có sự thay đổi cảm xúc trong tâm. Do đó, có những lúc cần tụng đọc lên đến mười lần cũng là hữu ích, chứ không chỉ ba lần. Đôi khi, quý vị có thể chỉ tập trung vào hai dòng kệ đầu tiên, quy y Phật, Pháp và Tăng. Hãy chú tâm vào ý nghĩa của hai dòng kệ này. Khi quý vị có thể khởi phát một cảm xúc thực sự mạnh mẽ thì chỉ cần tụng đọc 2 dòng kệ phát tâm Bồ-đề mà thôi. Hãy nhớ rằng quý vị đang tu tập tất cả các pháp này để đạt đến giác ngộ vì lợi lạc cho tất cả chúng sinh. Điều đó có thể tăng thêm hiệu quả cho việc tạo ra chuyển biến trong tâm quý vị.

Khi quý vị thực hành bất kỳ một pháp lành nào, nếu ngay từ đầu mà quý vị có sự suy ngẫm về ý nghĩa quy y Tam bảo và phát tâm Bồ-đề, thì tất cả các pháp tu của quý vị đều sẽ trở nên hết sức hiệu quả. Nếu không thì việc tụng đọc những lời nguyện nào đó sẽ chẳng khác gì việc phát băng ghi

Dẫn nhập

âm. Việc thực hành Phật pháp, cũng giống như tất cả các truyền thống tôn giáo khác, là nhằm chuyển hóa tâm. Trong Phật giáo, điều này được thực hiện thông qua thiền tập hay luyện tâm. Các pháp tu tập liên quan đến tâm ý thì tinh tế và khó khăn hơn so với các pháp tu tập liên quan đến các cảm thọ khác.[1] Do đó, cho dù quý vị có phát âm một cách thanh nhã khi tụng đọc những lời nguyện, nhưng nếu không có một thái độ tinh thần đúng đắn thì đó không thực sự là thực hành Phật pháp.

Đặc biệt là khi chúng ta có cơ hội để thực hành Phật pháp, điều quan trọng là phải hiểu rõ động lực chính trong Giáo pháp. Phật pháp được thực hành thông qua tâm. Nếu chúng ta hoàn toàn hài lòng với các pháp tu như cung kính đi nhiễu và những pháp tu tương tự mà quên đi pháp tu luyện tâm, thì rất đáng ngờ là những tu tập như thế của ta có thực sự là thực hành Phật pháp hay không. Thỉnh thoảng, khi ta có nhiều thời gian thì việc cung kính đi nhiễu hay lễ lạy có thể giúp ta cảm thấy rất thanh thản. Nhưng nếu quý vị cùng đi với một người bạn lắm chuyện để rồi tán gẫu vô bổ và trò chuyện đại loại như thế, thì đó không phải là thực hành tâm linh. Rất có thể là trong khi đi nhiễu quý vị lại suy nghĩ đến việc lừa dối người này, người kia, hoặc nghĩ đến

---

[1] Ở đây phân biệt giữa ý thức với các thức còn lại gồm: nhãn thức, nhĩ thức, tị thức, thiệt thức và thân thức; gọi chung là sáu thức, khởi sinh do sự tiếp xúc giữa sáu căn (mắt, tai, mũi, lưỡi, thân, ý) với sáu trần cảnh (hình sắc, âm thanh, mùi hương, vị nếm, sự xúc chạm và các tư tưởng).

việc kiếm tiền, nhưng như thế chỉ là phí thời gian vô ích, vì quý vị chỉ toàn nghĩ đến những việc làm bất thiện. Những người quan sát quý vị có thể cảm thấy, và chính bản thân quý vị cũng có thể tự cảm thấy, rằng quý vị đang thực hành tâm linh, nhưng thật ra thì không phải, vì tâm của quý vị đang chuyển về hướng khác.

Như vậy, thực hành Phật pháp thông qua tâm có nghĩa là gì? Ví dụ như khi quý vị đang giận dữ rồi nhận thấy những tai hại của sân hận và lợi ích của tâm an tĩnh thì quý vị sẽ nguôi giận. Và khi nghĩ đến sự việc hay con người đã làm mình giận, nếu quý vị khởi phát một khuynh hướng yêu thương nhiều hơn nhờ việc quán xét các lợi ích của lòng từ bi, thì quý vị sẽ có thể chuyển hóa được khuynh hướng [sân hận] trước đây. Nếu quý vị suy nghĩ rằng, người đó cũng giống mình ở điểm là chỉ mong muốn hạnh phúc và chẳng muốn khổ đau, thì quý vị sẽ có thể khởi phát một cảm xúc bi mẫn thực sự đối với người ấy. Như thế mới đích thực là thực hành Phật pháp. Đó là cách thức để tâm của quý vị có thể được chuyển hóa. Khuynh hướng tai hại trước đây của quý vị giờ đã được chuyển hóa thành một khuynh hướng thương yêu. Điều này cực kỳ khó khăn, nhưng thật diệu kỳ. Như thế mới đích thực là thực hành Phật pháp. Đó cũng là lý do vì sao chúng ta nói rằng Phật pháp được thực hành thông qua tâm.

Nếu chúng ta tự nguyện là Phật tử và tự nguyện đi theo đức Phật, thì chúng ta có trách nhiệm làm theo lời dạy của Ngài. Chúng ta có bổn phận và trách nhiệm phải [tu tập để] giảm thiểu và loại bỏ tâm sân hận, tham luyến và thù hằn. Chúng ta là những đệ tử của đức Phật, trong nhà ta thờ kính ảnh tượng Phật. Chúng ta cũng đi hành hương và khởi tâm cung kính rất mực trước ảnh tượng của đức Phật Thích-ca. Nhưng nếu ta đã xem Ngài như vị Thầy và yêu thích giáo lý của Ngài, thì điều quan trọng là ta phải thực hành theo đó. Ít nhất ta cũng có thể làm những điều để Ngài hoan hỷ và không làm những điều khiến Ngài phật lòng. Nếu chúng ta không thực hành như vậy thì ta chỉ tự lừa dối mình và lừa dối đức Phật Thích-ca khi nói rằng mình quy y Tam bảo (Phật, Pháp và Tăng-già).

Giờ đây, khi bước lên tòa giảng Pháp, nếu tôi kiêu hãnh vì mình là vị Đạt-lai Lạt-ma hay vì những điều đại loại như thế, hẳn tôi sẽ không xứng đáng [với cương vị này]. Tôi là một tỳ-kheo, một người đi theo đức Phật Thích-ca, trân quý những lời dạy bảo của Ngài và thành tâm nỗ lực thực hành những gì Ngài dạy. Tôi thực hành giáo pháp của Ngài không đơn thuần chỉ để làm Ngài hài lòng, không để xu nịnh Ngài. Tôi cũng không làm theo Ngài vì hạnh phúc của tôi do Ngài quyết định. Tôi làm theo lời dạy của Ngài vì điều đó mang lại lợi ích lâu dài cho tôi. Tất cả chúng ta đều mong muốn hạnh phúc và không muốn chịu khổ đau. Và ước nguyện này không chỉ là trong vài ba ngày hay vài ba năm nữa, mà sẽ kéo dài trong nhiều kiếp sống. Chúng ta có được hạnh phúc hay không là do chính ta quyết định. Để tìm được hạnh phúc bền lâu và tránh xa khổ đau, chúng ta phải chuyên cần nỗ lực. Nguồn gốc của khổ đau là vô minh, sân hận và tham ái. Vì lợi ích cho chính mình, ta phải xem những thứ ấy như kẻ thù và trân quý các phẩm tính của tâm Bồ-đề, của tuệ giác hiểu biết tính Không v.v... Do đó, là người đi theo đức Phật Thích-ca, tôi thực hành những gì Ngài dạy. Mặc dù Ngài đã dạy về Tứ diệu đế và Nhị đế[1] từ cách đây hơn 2500 năm, nhưng cứ mỗi lần suy ngẫm về những điều này tôi lại càng thấy chúng đúng đắn hơn và niềm tin của tôi thêm mạnh mẽ hơn.

Tôi luôn nghĩ mình là một tỳ-kheo bình thường, một đệ tử bình thường của đức Phật. Mọi người khác cũng đều giống như tôi. Do đó, sẽ là hữu ích nếu tôi thảo luận với quý vị những gì tôi biết, và với động cơ đó, động cơ làm lợi lạc, tôi sẽ trình bày những giáo pháp hôm nay. Cho dù chúng ta chỉ làm lợi lạc cho một người thôi, thì điều đó cũng đáp ứng được mục đích của lời Phật dạy. Bản thân Đức Phật cũng đã phát tâm Bồ-đề trước nhất, sau đó mới huân tập vô lượng công đức và cuối cùng đạt đến giác ngộ. Ngài làm tất cả những điều này vì lợi ích cho chúng sinh. Ngài tu tập trong vô lượng kiếp không thối chuyển và cuối cùng đạt đến giác ngộ. Điều này thực hiện được nhờ Ngài đã có một phát khởi nhân kỳ diệu nhất là

---

[1] Tứ diệu đế bao gồm Khổ đế, Tập đế, Diệt đế và Đạo đế. Nhị đế chỉ đến hai chân lý là chân lý tương đối (hay Tục đế, Thế đế) và chân lý tuyệt đối (hay Đệ nhất nghĩa đế). Đức Đạt-lai Lạt-ma thuyết giảng chi tiết hơn về các chủ đề này trong sách Tứ diệu đế (NXB Tôn giáo, 2008).

tâm Bồ-đề, [mong cầu giác ngộ vì lợi ích cho tất cả chúng sinh]. Do đó, nếu thông qua việc giảng pháp của chúng ta, hay nhờ vào thiện hạnh của mình, mà ta có thể giúp cho dù chỉ một người có được cuộc sống tốt đẹp, hay làm cho hạnh phúc khởi sinh trong tâm người ấy, thì điều đó cũng đã là phụng sự lớn lao cho Phật pháp, nhưng cũng đồng thời đem lại lợi lạc cho chính ta.

Dù thực hành bất kỳ pháp môn nào, ta cũng phải thực hành với động cơ đúng đắn. Nói chung, việc tự mình huân tập các phẩm tính tốt đẹp là vô cùng khó khăn, trong khi việc tập thành những thói xấu thì lại không cần dụng công. Do đó, các bậc thầy thuộc phái Kadam ngày xưa thường nói rằng, việc tích tụ ác nghiệp cũng giống như một hòn đá lăn xuống triền dốc, nhưng việc tạo thiện nghiệp lại giống như lội nước ngược dòng hay cưỡi một con ngựa đã kiệt sức. Dù khi ta thức hay ngủ, các phiền não cũng tự động khởi sinh. Và rồi những phiền não này sẽ biểu lộ trong cung cách ứng xử hằng ngày của ta. Chúng ta thực hiện những hành vi xấu ác ngay cả khi biết rõ đó là sai trái.

Vì chúng ta đã có được thân người quý hiếm này, và chúng ta đã cùng đến đây để nghe giảng Pháp, nên điều quan trọng là ta phải khởi phát một động cơ tích cực. Có như vậy thì việc nghe giảng Pháp mới trở thành một thực hành tâm linh. Khi chúng ta nói về việc tích lũy thiện nghiệp và loại bỏ ác nghiệp, chúng ta không làm như vậy vì đức Phật đã bảo chúng ta làm, mà bởi vì giáo pháp của Ngài dựa trên nền tảng của quy luật tự nhiên về nhân quả. Khi Ngài giảng về Tứ Diệu Đế, Ngài cũng giảng về cách thức vận hành của nhân quả. Hạnh phúc khởi sinh tùy thuộc vào nhân duyên, và khổ đau cũng khởi sinh tùy thuộc vào nhân duyên; đó là một quy luật tự nhiên. Hạnh phúc mà chúng ta đang tận hưởng ngay trong đời sống này, dù là sự thịnh vượng giàu sang, học vấn cao hay bất cứ điều gì khác, cũng đều là kết quả của việc tích lũy những nhân duyên cần thiết.

Những nhân duyên khác nhau này khởi sinh trong quan hệ trực tiếp với cung cách ứng xử của con người, mà cung cách ứng xử thì liên quan đến cách suy nghĩ của chúng ta. Và những quan niệm hay cách suy nghĩ khác nhau của con người không khởi sinh nếu không có nhân duyên. Con người có một thân thể vật lý và trong một chừng mực nào đó thì các tư tưởng, ý niệm khác nhau khởi sinh vì tình trạng của cơ thể. Chẳng hạn, nếu thân thể khỏe mạnh, quý vị sẽ cảm thấy tâm hồn thoải mái và hạnh phúc. Để cho ý thức sinh khởi, [trước hết] cần phải có một đối tượng bên ngoài làm tiêu điểm hướng đến của tâm thức ấy, và khi tâm cũng phản ứng lại với các điều kiện vật chất [là đối tượng bên ngoài] đó thì [niệm tưởng từ] tâm thức ấy khởi sinh. Cho dù quý vị có gọi đó là bộ óc hay gán ghép bất kỳ một thực thể vật chất nào cho tâm thức, thì cũng không chỉ có riêng yếu tố vật chất làm khởi sinh [niệm tưởng từ] tâm thức.

Dẫn nhập

Tâm thức là một cái gì đó vốn trong sáng và có khả năng nhận biết. Thân thể con người bắt đầu hình thành từ sự kết hợp tinh cha, noãn mẹ. Khi cơ thể phát triển thì tâm thức cũng hiện hữu. Nhưng chất liệu thực sự của tâm thức không phải là thân thể vật chất mà là một tâm thức trước đó. Những cảm thọ hạnh phúc (lạc thọ) và khổ đau (khổ thọ) mà chúng ta trải nghiệm nên được truy xét nguồn gốc không chỉ từ thân thể, mà còn là từ nơi tâm thức vi tế nhất. Do đó, ta thấy trong giáo lý Mật thừa có sự giảng giải về tâm thức vi tế nhất, được gọi là tâm quang minh nguyên thủy. Khi ta nói về tính tương tục của đời sống, điều đó được giải thích từ góc độ tương tục của tâm quang minh này.

Do cung cách ứng xử của mình mà chúng ta có những trải nghiệm khác nhau, và những cung cách ứng xử khác nhau của ta lại khởi sinh từ các khuynh hướng tinh thần khác nhau. Về cơ bản, tất cả chúng ta đều giống nhau ở sự mong muốn hạnh phúc và không muốn khổ đau. Giả dụ như quý vị đặt câu hỏi với những người thậm chí có vẻ như hung ác, thích đánh nhau hoặc đang tham chiến, rằng họ có thực sự muốn đánh nhau hay không, thì câu trả lời sẽ là không. Họ cũng giống như ta, cũng mong muốn hạnh phúc và không muốn khổ đau. Chúng ta thực hiện những hành vi xấu xa là vì ta bị khống chế bởi sức mạnh của vô minh. Vô minh quá mạnh mẽ đến nỗi thôi thúc ta làm những việc gây tác hại bất kể rằng ta có những mong muốn khác. Chúng ta nhìn thấy các hành vi gây tác hại trên khắp thế giới và điều đó cho thấy khả năng lớn lao của tâm thức con người trong việc kiểm soát hết thảy mọi việc.

Các cảm thọ hạnh phúc và khổ đau của chúng ta phụ thuộc rất nhiều vào cung cách ứng xử của ta, mà cung cách ứng xử thì liên quan chặt chẽ đến cung cách suy nghĩ. Các khuynh hướng tinh thần tiêu cực và vô ích cần phải bị giảm thiểu và loại bỏ. Chúng ta phải xác định được các tâm trạng tích cực để tăng tiến và phát triển hơn nữa. Phương pháp chuyển hóa tâm này được gọi là Pháp, hay thực hành tâm linh. Đó là lý do tại sao đức Phật dạy chúng ta đừng làm những điều xấu ác. Chúng ta nên làm điều thiện, vì ta mong muốn hạnh phúc và không muốn khổ đau, mà hạnh phúc chỉ có được từ những việc làm hiền thiện, trong khi khổ đau là do những hành động xấu ác.

Bởi vì tâm thức giống như một dòng suối, là cội nguồn dòng kinh nghiệm của chúng ta, nên điều quan trọng là phải kiểm soát được cội nguồn của kinh nghiệm, hay nói cách khác là phải chuyển hóa tâm thức. Các chính trị gia tìm cách kiểm soát tâm trí dân chúng với các chương trình, nhưng những chương trình như thế chủ yếu không dựa trên nền tảng của sự chuyển hóa tâm thức, mà là tìm cách làm sao để giành chiến thắng cho phe nhóm của mình và đánh bại phe nhóm khác, nên [rốt cùng thì] chúng luôn thất bại. Phương pháp chuyển hóa tâm là luôn quán xét bất kỳ điều gì chúng ta làm, và nếu hậu quả là khổ đau, xấu ác thì ta không nên thực hiện hành vi đó. Nếu ta xét thấy một hành vi nào đó có thể mang lại hạnh phúc và an lành, ta có thể hoan hỷ làm ngay.

Khi Đức Phật dạy Tứ diệu đế và nói về Khổ đế, Ngài không có ý muốn làm cho ta chán nản hay buồn khổ. Nếu không có phương cách nào để loại bỏ khổ đau thì hẳn là không cần thiết phải nói đến làm gì. Nhưng đức Phật không chỉ nói riêng về Khổ đế; Ngài cũng nói về những nguyên nhân của khổ đau (Tập đế) và khả năng có thể dứt trừ khổ đau (Diệt đế), cũng như con đường dẫn đến sự chấm dứt mọi khổ đau (Đạo đế). Những cảm xúc tiêu cực và phiền não tuy là tạm thời nhưng có một sức mạnh chi phối nhất định. Nếu chúng ta rèn luyện tâm thức thuần thục với những phương pháp đối trị phiền não, chắc chắn ta sẽ có thể chế ngự được chúng. Diệt đế hay Niết-bàn chỉ đến trạng thái tâm thức của ta khi đã hoàn toàn loại bỏ mọi phiền não và khổ đau. Nếu một trạng thái như vậy là có khả năng đạt được, thì quả là rất đáng để cho chúng ta tìm kiếm một phương pháp thích hợp và nỗ lực tu tập theo đó nhằm đạt đến.

Và trước hết thì điều quan trọng là phải hiểu biết lợi ích của sự nỗ lực tu tập như thế, cũng như các bất lợi của việc không tu tập.

Một người hoàn toàn không biết gì về Phật pháp có thể đắm chìm trong phiền não nhưng lại cho rằng chúng là các thói quen hằng ngày của tâm thức và xem đó như chuyện tất nhiên phải có. Nếu chúng ta nói với người đó về việc loại bỏ các phiền não này thì anh ta có thể sẽ phớt lờ đi, hoặc chấp nhận sân hận, tham luyến v.v... như một phần của cuộc sống. Rõ ràng là có những bất lợi trong trường hợp như vậy, vì khi tâm thức ta bị phiền não che lấp thì dù ta có được của cải, bạn bè và mọi thứ ta mong muốn, ta vẫn không có khả năng trải nghiệm hạnh phúc. Ngược lại, nếu chúng ta làm giảm thiểu và loại bỏ phiền não cũng như sinh khởi các phẩm tính tốt đẹp như được giảng giải trong giáo pháp, chúng ta sẽ có lòng dũng cảm và quyết tâm thực sự.

Khi bị ảnh hưởng bởi những phiền não như sân hận và tham luyến, chúng ta luôn sợ hãi, mất tự tin và sa sút tinh thần v.v... Do đó, điều quan trọng là phải làm giảm đi những khía cạnh tiêu cực và phát huy các phẩm chất tích cực của tâm thức. Khi đó, chúng ta sẽ thực sự bắt đầu trải nghiệm được hạnh phúc. Dĩ nhiên, các phương tiện vật chất bên ngoài cũng là nhân duyên để có hạnh phúc, nhưng chúng không phải là nguyên nhân cơ bản nhất. Nguyên nhân cơ bản nhất của hạnh phúc vốn nằm ngay trong tâm thức chúng ta.

Đạo Phật là một giáo pháp liên quan chặt chẽ đến cung cách ứng xử của con người và được phân chia thành hai phần: triết lý, hay quan điểm, và hành vi đạo đức. Hành vi đạo đức [theo đạo Phật] là không làm hại các chúng sinh khác. Đây là cung cách ứng xử của một Phật tử. Triết lý [của đạo Phật] là hạnh phúc riêng của quý vị có liên quan đến mọi người khác. Do đó, biết thương yêu những người khác, không gây tổn hại cho họ thì kết quả là bản thân quý vị sẽ được hạnh phúc. Ngược lại, nếu quý vị phớt lờ đi, không quan tâm đến hạnh phúc của người khác, thì quý vị sẽ không có hạnh phúc, vì hạnh phúc và khổ đau của bản thân quý vị không hình thành trong sự tách biệt [với người khác]. Nếu có hạnh phúc và bình an trong xã hội, trong xóm làng, hay trên toàn thế giới, thì tất cả chúng ta đều sẽ được hạnh phúc. Đây là [giáo lý] duyên khởi, là thuyết tương quan tương duyên [của đạo Phật].

Đạo Phật không dạy về một đấng sáng thế và cũng không nói rằng các pháp khởi sinh mà không có các nhân duyên. Nếu để có được hạnh phúc mà quý vị lừa dối người khác thì đó là một phương cách dại dột. Thông thường, chúng ta luôn chèn ép người khác mỗi khi có cơ hội. Khi có thể dối gạt ai đó thì chúng ta sẽ làm ngay không do dự. Và nếu không có khả năng làm được chuyện gì khác hơn thì chúng ta bắt đầu chỉ trích hay nói xấu người khác để gây chia rẽ, thù hận. Rồi khi chúng ta gặp khó khăn, phải tìm đến những người này để xin giúp đỡ thì họ sẽ cười vào mặt ta.

Nếu ngay từ đầu mà quý vị hành xử như người thân thuộc với bằng hữu, láng giềng và những người sống quanh mình, thì khi quý vị gặp khó khăn nào đó, những người bên cạnh đều sẽ tự nguyện giúp đỡ mà không đợi quý vị phải nhờ cậy. Chúng ta là những động vật sống hợp quần. Dứt khoát là chúng ta phải phụ thuộc vào nhau. Thuyết tương quan tương duyên và duyên khởi này là giáo lý nhà Phật. Tất cả các hiện tượng duyên sinh đều khởi sinh phụ thuộc vào nhân duyên. Do đó, hạnh phúc và khổ đau của chúng ta cũng khởi sinh do các nhân duyên. Tóm lại, đức Phật dạy rằng: Hãy làm lợi lạc cho người khác nếu có thể; nếu không thì ít nhất cũng đừng làm hại họ.

GIẢNG GIẢI CHÁNH VĂN

Nào, bây giờ chúng ta hãy xem phần chánh văn *"Tinh yếu các giai đoạn trên đường tu giác ngộ"* của ngài Tsongkhapa. Bản văn này được gọi là "Chứng đạo ca" vì dựa trên kinh nghiệm chứng ngộ của chính bản thân Ngài. Khi ta nói về các giai đoạn của đường tu giác ngộ thì điều đó chỉ đến nội dung hay chủ đề của giáo pháp này. Giác ngộ là mục đích phải đạt đến. Giác ngộ ở đây chỉ đến sự giác ngộ viên mãn hay quả Phật. Trong Tạng ngữ, phần đầu của chữ "giác ngộ" có nghĩa là tịnh hóa mọi xấu ác. Nhưng nó không có nghĩa là sự chấm dứt tạm thời của những phiền não này. Sự tịnh hóa đó sẽ luôn diễn ra không ngừng. Đó là một quy luật tự nhiên. Bất kỳ điều gì là vô thường đều chỉ chấm dứt một cách tạm thời. Ở đây, chúng ta đang nói đến sự chấm dứt hay loại bỏ các phiền não này thông qua việc áp dụng những phương thức đối trị mạnh mẽ nhất định. Phần thứ hai của chữ "giác ngộ" trong Tạng ngữ có nghĩa là phát khởi thiện hạnh. Đối tượng của tịnh hóa chủ yếu là tam độc: tham (tham ái), sân (sân hận) và si (vô minh), đặc biệt là các chủng tử do vô minh để lại [trong dòng tâm thức], vốn là những chướng ngại ngăn trở việc đạt đến quả Phật. Khi ta loại trừ được những chủng tử của vô minh thì tâm thức sẽ hiển lộ năng lực nội tại thấy được bản chất chân thật của mọi hiện tượng.

Khả năng nhìn thấy thực tánh các pháp là một phẩm tính vốn có của tâm thức. Phẩm tính này bị che lấp bởi các chướng ngại ngăn trở sự giác ngộ. Quả Phật là mục đích ta hướng đến và được thành tựu thông qua tâm thức. Chúng ta đang nói đến việc đạt được giác ngộ trong tâm thức ta. Chúng ta không nói đến giác ngộ như một nơi chốn bình yên nào khác. Bởi vì, nếu sự giác ngộ là một nơi chốn nào khác, thì thay vì tịnh hóa tâm thức mình, ta có thể dùng đến các phương tiện khác, chẳng hạn như đi bằng máy bay hay tàu hỏa để đến đó. Sự giác ngộ được thành tựu với tâm thức của chúng ta, bằng cách tịnh hóa dần dần hết thảy mọi phiền não và thực hành dần dần hết thảy mọi thiện hạnh. Điều này thường được gọi là con đường tu tập.

Quá trình loại bỏ các cảm xúc phiền não bao gồm nhiều giai đoạn khác nhau. Để bắt đầu, chúng ta chỉ đơn giản là làm suy yếu hay giảm thiểu các vọng tưởng. Thông qua năng lực của những phương thức đối trị, chúng ta dần dần tăng cường những phẩm tính hiền thiện. Bằng cách này, chúng ta xóa sạch và loại bỏ hoàn toàn những vọng niệm xấu ác. Cuối cùng, chúng ta sẽ đạt đến một trạng thái mà cảm xúc phiền não không khởi sinh ngay cả khi có đủ các nhân và duyên. Chúng ta đạt đến trạng thái chấm dứt hoàn toàn các cảm xúc phiền não, được gọi là Diệt đế. Và con đường tu tập dẫn đến Diệt đế được gọi là Đạo đế. Năng lực đối trị trực tiếp để loại bỏ nguồn gốc của khổ đau là tuệ giác nhận hiểu tính Không. Các phẩm tính khác như tâm từ và tâm bi cũng góp phần loại bỏ khổ đau nhưng không trực tiếp xóa bỏ được các chủng tử bất thiện [là nguồn gốc của khổ đau].

Khi chúng ta thiền quán liên tục về tuệ giác nhận hiểu tính Không, sự sáng suốt trong nhận thức của ta sẽ dần dần phát triển. Khởi đầu, chúng ta không có khả năng hiểu đúng về bản chất của đối tượng, vì tâm thức ta bị vô minh che lấp. Để đối trị điều đó, ta tu tập cho tâm thức mình thuần thục với tuệ giác nhận hiểu tính Không. Khi chúng ta chứng ngộ con đường vô phân biệt của một bậc thánh thì con đường tu tập đó được gọi là Đạo đế. Sự đoạn diệt hoàn toàn các cảm xúc phiền não trong tâm thức được gọi là Diệt đế. Đây cũng được gọi là Chánh Pháp, là sự bảo hộ đích thực cho chúng ta.

Do đó, khi ta nói về các giai đoạn của con đường tu tập, thì con đường tu tập chính là những tiến trình như vừa nói trên.

Vì trạng thái rốt ráo của quả Phật là một trạng thái thanh tịnh viên mãn của tâm thức, nên khi chúng ta tu tập tức là đang trong tiến trình tịnh hóa những điều bất thiện trong tâm thức. Để phát khởi một con đường tu tập chân chính và đạt đến sự chấm dứt khổ đau thực sự như vậy trong tâm thức, thì ngay cả ở mức độ thông thường của chúng ta, điều quan trọng là phải loại bỏ các cảm xúc phiền não ở mức độ thô trược hơn cùng với những hành vi ứng xử bất thiện do chúng gây ra. Chúng ta phải tăng tiến hết thảy mọi phẩm tính hiền thiện và loại bỏ hết thảy mọi điều bất thiện. Sự thực hành như thế được gọi là con đường tu tập. Bản văn *"Yếu lược các giai đoạn trên đường tu giác ngộ"* không giảng giải các quy tắc khác nhau trên đường tu tập như thế một cách tùy tiện. Bản văn giảng giải con đường tu tập theo một trật tự có hệ thống. Do đó mới gọi là các giai đoạn trên đường tu tập.

Ngay cả khi quý vị chỉ vừa đến với giai đoạn đầu tiên trên đường tu tập, được gọi là giai đoạn tích lũy [tư lương], cũng đã có nhiều phương pháp tu tập khác nhau tùy thuộc vào sự sáng suốt tinh thần của quý vị. Tiến trình hành thiền cũng khác nhau. Bản văn *"Yếu lược các giai đoạn trên đường tu giác ngộ"* giải thích một cách hệ thống loại thiền nào cần phải tu tập trước nhất, loại nào tiếp theo v.v... Do đó mà được gọi là các giai đoạn hay trình tự của con đường tu tập. Trong một ý nghĩa thì tất cả những lời Phật dạy và các luận giải [của chư tổ] có thể được phân loại như các giai đoạn trên đường tu tập, bởi vì chúng giải thích các cấp độ khác nhau của con đường tu tập. Nhưng việc sử dụng thuật ngữ *"các giai đoạn trên đường tu tập"* chỉ thực sự được biết đến từ sau Ngài A-đề-sa[1].

---

[1] A-đề-sa hay Atisha là một Đại sư người Đông Ấn (982-1054), đã đóng góp rất nhiều trong việc truyền Phật giáo sang Tây Tạng. Ngài đến Tây Tạng vào năm 1083, tạo ra những chuyển biến tích cực chưa từng có cho Phật giáo Tây Tạng. Ngài sáng lập trường phái Ca-đương (bo. bka' gdams pa), gây ảnh hưởng rất lớn cho nền Phật giáo Tây Tạng. Về sau có dòng truyền Cách-lỗ (bo. gelugpa) do ngài Tông-khách-ba (bo. tsong-kha-pa) là một trong các truyền nhân của Ngài sáng lập, chủ yếu dựa trên giáo nghĩa do Ngài A-đề-sa đã xiển dương, nên còn được gọi là phái Tân Ca-đương.

Chủ đề chính của những giáo pháp này là sự phát tâm Bồ-đề. Đây là một phần giáo pháp Đại thừa. Khi quý vị thiền quán về các giai đoạn trên đường tu tập theo Đại thừa, các giai đoạn ấy đều dựa trên nền tảng các giai đoạn của con đường tu tập theo các thừa kiến lập. Giáo pháp Đại thừa thuộc về hai nhóm: Kinh điển và Mật điển. Giáo pháp trong Kinh điển giảng giải về sự phát tâm Bồ-đề và thực hành Bồ Tát hạnh, tức là sáu pháp Ba-la-mật. Mật thừa được thuyết giảng dựa trên cơ sở đó.

Như vậy, trọng tâm của bản văn *"Yếu lược các giai đoạn trên đường tu giác ngộ"* là về sự phát tâm Bồ-đề. Các chủ đề có mô tả trong các thừa kiến lập cũng được giảng giải như các pháp tu chuẩn bị. Sau đó, trong phạm vi giáo pháp Đại thừa giảng giải về sáu pháp Ba-la-mật thì quan trọng nhất là sự tu tập *định* và *tuệ*. Chính trên những nền tảng này mà chúng ta hành trì Mật điển như một pháp tu tối thượng.

Con cúi lạy Đấng tôn quý nhất của dòng Thích-ca

Người mà Thân được hình thành từ muôn ngàn thiện hạnh

Người mà Khẩu ban phát hy vọng cho vô lượng chúng sinh

Người mà Ý thấu hiểu vạn pháp đúng thật như như.

Con cúi lạy các ngài Văn-thù và Di-lặc,

Những Pháp vương tử của Đấng Vô thượng Đạo sư,

Phóng quang hiển lộ trong vô lượng quốc độ,

Thừa hành Phật sự, xiển dương Chánh giáo Phật-đà.

Con cúi lạy dưới chân các ngài Long Thụ và Vô Trước

Ân sủng ngập thế gian, danh tiếng khắp ba cõi,

Từ sự chứng nghiệm diệu nghĩa đã viết nên luận giải

Cực kỳ thâm sâu về "Chánh pháp Bát-nhã mà từ đó chư Phật được sinh ra".

Con cúi lạy ngài A-đề-sa, người nắm giữ kho tàng giáo pháp

Đã tóm lược đầy đủ và không hề sai lệch các điểm chính yếu

Của con đường tu tập chánh kiến thâm sâu và pháp hành quảng đại,

Được truyền lại trung thực từ hai vị khai sáng vĩ đại là Long Thụ và Vô Trước.

Con kính cẩn cúi lạy các bậc thầy tâm linh,

Là mắt sáng giúp con đọc được vô số Kinh điển

Là con đường tốt nhất đưa kẻ hữu duyên qua bờ giác ngộ

Phát khởi từ lòng bi mẫn, các Ngài thiện xảo soi sáng [con đường tu tập cho chúng sinh].

Trong các cấp độ khác nhau về giáo pháp Kinh điển, thâm diệu nhất là giáo pháp về tuệ giác thấu hiểu tính Không. Nói chung, *"Yếu lược các giai đoạn trên đường tu giác ngộ"* được phân loại như một bản văn về Bát-nhã Ba-la-mật-đa. Do đó, nguồn tham chiếu chính của bản văn này về các lời dạy của Phật là bộ kinh Đại Bát-nhã Ba-la-mật-đa. Dĩ nhiên là khi giảng giải về tính Không thì các giai đoạn trên đường tu tập cũng được giảng giải. Bản văn này chủ yếu dựa trên các tác phẩm của các vị khai sáng vĩ đại người Ấn Độ là Vô Trước và Long Thụ, vốn là những người tự viết ra luận giải mà không dựa vào công trình của các học giả khác. Ngài Long Thụ đặc biệt tập trung vào ý nghĩa của tính Không, trong khi ngài Vô Trước tập trung vào việc giải thích các giai đoạn trên đường tu tập.

Tác phẩm chính của ngài Long Thụ[1] là Căn bản Trung quán Luận tụng. Các đệ tử chính của ngài là Thánh Thiên[2] với tác phẩm Tứ bách Kệ tụng, và Nguyệt Xứng[3]. Dĩ nhiên còn có ngài Thanh Biện,[4]

---

[1] Long Thụ (**Acharya Nāgārjuna**) (c. 150 - 250 CE) Là một đại luận sư Phật giáo người Ấn được xem là người sáng lập ra trường phái Trung Quán (Madhyamaka) của Đại thừa (**Mahāyāna**).

[2] Thánh Thiên (**Āryadeva**), là một môn đồ của Long Thụ là học giả thuộc truyền thống Nalanda. Tác phẩm nổi tiếng nhất của Ngài là Tứ Bách Kệ Tụng (**Catuḥśataka**).

[3] Nguyệt Xứng (**Candrakīrti** - khoảng thế kỉ 6/7), được xem là luận sư quan trọng nhất trong tông Trung quán sau Long Thụ. Các tác phẩm quan trọng của Ngài là Minh cú luận (còn nguyên bản Phạn ngữ), Nhập trung quán luận.

[4] Thanh Biện (**Bhāvaviveka**) là Luận sư quan trọng của tông Trung quán (**Mādhyamika**), sống khoảng giữa 490 và 570. Ngài là người sáng lập hệ phái Trung quán-Y tự khởi (**Mādhyamika-svātantrika**, cũng được gọi là Độc lập luận chứng phái), một trong hai trường phái của Trung quán.

nhưng khi xét về khía cạnh giải thích chi tiết và thuyết phục thì luận giải của ngài Nguyệt Xứng được xem là một trong các bộ luận xuất sắc nhất.

Truyền thống giảng giải về các giai đoạn trên đường tu tập bắt đầu từ ngài Vô Trước rồi đến ngài Thế Thân[1] v.v... Cả hai dòng truyền thừa này được ngài A-đề-sa lĩnh hội nguyên vẹn. Mặc dù ngài có vô số môn đệ, nhưng do lời nguyện của ngài trong quá khứ nên đại sư Dromton Gyalwai Jungney, một người du mục Tây Tạng, trở thành đệ tử chính của ngài. Vị này là một cư sĩ và là một đại học giả. Sáu giáo pháp của phái Kadam, vốn chủ yếu dựa trên phương thức giảng giải sâu rộng hơn, là do ngài truyền xuống. Rồi có dòng truyền thừa đặc thù bởi cách giáo huấn mà về sau này được gọi là truyền thừa ba nhánh của phái Kadam.[2] Và từ ngài A-đề-sa xuất hiện việc trực tiếp khẩu truyền.

Bản văn "Yếu lược các giai đoạn trên đường tu giác ngộ" do ngài A-đề-sa khởi soạn. Các pháp tu trước đời ngài A-đề-sa được gọi là các tu tập cựu Kadam và các pháp tu từ đời ngài A-đề-sa trở đi được gọi là truyền thừa Tân Kadam. Chẳng hạn như

---

[1] Thế Thân (Vasubandhu), khoảng 316-396, là một Luận sư xuất sắc của Thuyết nhất thiết hữu bộ (**Sarvāstivādin**) và Duy thức tông (**Vijñānavādin**), được xem là Tổ thứ 21 của Thiền tông Ấn Độ. Ngài là em và cũng là đệ tử của ngài Vô Trước (**Asaṅga**), người sáng lập phái Duy thức.

[2] Truyền thừa ba nhánh, bao gồm các dòng truyền thừa qua Kinh văn (Scriptural traditions lineage), truyền thừa tinh yếu (Pith instructions lineage) và khẩu truyền (Oral transmissions lineage).

tác phẩm *"Bảy Kho tàng"* của ngài Longchenpa[1] vĩ đại có giảng giải về các giai đoạn trên đường tu tập. Tương tự, các trường phái Phật giáo Tây Tạng khác cũng giảng giải về các giai đoạn trên đường tu tập. Pháp tu thanh lọc tâm thức của phái Nyingma[2] chỉ có thể thực hành được trên nền tảng vượt qua các giai đoạn trên đường tu tập. Tác phẩm *"Khẩu truyền của Lạt-ma"* cũng thuyết giảng về toàn bộ các giai đoạn trên đường tu tập. Cũng giống vậy, ngài Dvagpo Lharje, vốn được xem là một trong những đệ tử xuất sắc nhất của ngài Milarepa,[3] giảng thuyết về các giai đoạn trên đường tu tập trong tác phẩm *"Giải thoát*

---

[1] Longchenpa hay Longchen Rabjampa (1308 - 1364 hay 1369?) là đại sư quan trọng của dòng Ninh Mã thuộc Phật giáo Tây Tạng. Tác phẩm quan trọng của ngài là Bảy Kho Tàng hàm chứa tất cả 600 năm tư tưởng Phật giáo tại Tây Tạng trước đó.

[2] Giáo pháp theo truyền thống Nyingma được gọi là Dzogchen, bao gồm 2 giai đoạn tu tập là Trekcho (hay thanh lọc tâm, hàm nghĩa cắt đứt hoàn toàn mọi tư tưởng, vọng niệm...) và Togal (hay trực ngộ, vượt thoát, hàm nghĩa trực tiếp đạt đến sự giải thoát rốt ráo qua chứng ngộ bản tâm...). Giai đoạn Trekcho chính là nền tảng để hành giả có thể thực hiện được giai đoạn Togal, như câu châm ngôn Tây Tạng ngữ nói rằng: *"Trekchö trek ma chö na, tögal tö mi gal"* (Nếu thực hành Trekcho không thành tựu thì không thể vượt qua Togal.) Cả 2 giai đoạn tu tập này đều thuộc về phần giáo lý được gọi chung là Đại viên mãn, được hình thành trên cơ sở là "tâm thức vốn luôn thanh tịnh không nhiễm ô, hành giả chỉ cần trực nhận được điều đó là tức thời đạt đến giải thoát". Toàn bộ giáo lý của phái Nyingma đều nhằm đạt đến sự trực nhận bản tánh của tâm thức.

[3] Dvagpo Lharje thường được biết nhiều hơn với tên Gampopa (1079-1152). Ngài Milarepa hay Mật-lặc Nhật-ba (Milarepa - 1052-1135), là người sáng lập tông phái Ca-nhĩ-cư (Kagyupa).

trang nghiêm bảo luận". Ba Truyền thống và Ba Thị kiến của phái Sakya cũng thuyết giảng về các giai đoạn trên đường tu tập. Mặc dù từ ngữ sử dụng có thể khác nhưng tất cả các bộ phái hay truyền thống Phật giáo Tây Tạng khác nhau đều có thuyết giảng về các giai đoạn trên đường tu tập. Dĩ nhiên là có nhiều cách để thuyết giảng. Ngay cả trong chính các bản văn của ngài Tsongkhapa cùng mang tên *"Các giai đoạn trên đường tu tập"*[1] thì trật tự sắp xếp trong các bản Quảng luận và Lược luận cũng hoàn toàn khác với bản yếu lược này. Và còn có một phiên bản khác nữa nằm trong tác phẩm *"Luyện tâm tựa ánh thái dương"*.[2]

Trước tiên, chúng ta thực hành các pháp tu cơ bản mà nội dung là quán chiếu về khổ đau và quyết tâm thoát khổ. Đề mục này, dành cho hành giả sơ

---

[1] Ngài Tsongkhapa để lại 3 bản văn cùng tên trong Tạng ngữ là *Lamrim*, nghĩa là "các giai đoạn trên đường tu tập hướng đến giác ngộ", đã được dịch sang Hán ngữ với tên *"Bồ-đề đạo thứ đệ luận"* (菩提道次第論). Tuy cùng một chủ đề nhưng các bản văn này có sự sắp xếp trình bày khác nhau. Bản đầy đủ nhất được gọi là *Lamrim chenmo* (bản Hán văn là "Bồ-đề đạo thứ đệ quảng luận" - 菩提道次第廣論). Bản ngắn hơn, có độ dài bằng khoảng 1/5 bản Lamrim chenmo, được bản Hán văn dịch là "Bồ-đề đạo thứ đệ lược luận" - 菩提道次第略論. Bản văn thứ ba được viết ở dạng kệ tụng, rất ngắn, gọi là ***Lam-rim Dü-dön***, thường được các hành giả thuộc phái Gelugpa tụng đọc hằng ngày, chính là bản lược yếu mà Đức Đạt-lai Lạt-ma đang giảng giải ở đây.

[2] Tác phẩm này do ngài Namkha Pel, một đệ tử của ngài Tsongkhapa biên soạn. Đây là một bản luận giải về tác phẩm *Bảy điểm luyện tâm*, nhưng đặc biệt có sự mô tả kết hợp giữa việc luyện tâm với các giai đoạn trên con đường tu tập hướng đến giác ngộ.

cơ, bao hàm toàn bộ pháp tu cho một người tùy theo mức độ thông minh và căn cơ của người ấy. Sau giai đoạn tu tập ban đầu, nếu tiếp theo người ấy được nghe về mối quan hệ nhân quả thì xem như người ấy đã nhận được trọn vẹn một pháp môn tu tập. Tương tự như vậy, ở trình độ trung đẳng, sau khi đã tu tập phát tâm cầu giải thoát, nếu người này chỉ muốn thực hành pháp tu xả ly thì toàn bộ tiến trình từ bỏ luân hồi sẽ được thuyết giảng.

Theo cách thuyết giảng về các giai đoạn trên đường tu tập như thế này, thì dựa trên sự tu tập của từng cá nhân, cho dù quý vị là người thuộc hàng hạ căn, trung căn hay thượng căn, cũng đều sẵn có các pháp tu bổ sung đặc biệt để hành trì. Do đó, mặc dù *"Các giai đoạn trên đường tu tập"* thuyết giảng về các pháp tu dành cho một cá nhân ở mức độ sơ cơ, nhưng mục đích là dẫn dắt cá nhân đó tiến lên trình độ trung đẳng và kế tiếp là trình độ cao hơn nữa. Nhưng nếu một người không đủ khả năng để hành trì trọn vẹn các pháp tu tập có hệ thống này, thì người đó cũng có thể tìm thấy riêng một phần giáo pháp trọn vẹn cho sự tu tập ở trình độ sơ đẳng.

Lần đầu tiên tôi nhận được bản *"Chứng đạo ca"* (hay *"Yếu lược các giai đoạn trên đường tu giác ngộ"*) này từ ngài Taktra Rinpoche. Sau đó, tôi nhận được một bản luận giải về bản văn này từ ngài Ling Rinpoche và một bản luận giải khác từ ngài Trijang Rinpoche. Do đó, tôi có được ba bản luận giải từ ba bậc thầy khác nhau.

Khi giảng giải về sự vĩ đại của giáo pháp, chánh văn viết:

Giáo pháp về các giai đoạn trên đường tu giác ngộ

Được trao truyền nguyên vẹn từ các ngài Long Thụ và Vô Trước,

Xuống đến các bậc thầy tôn quý nhất trong các bậc thầy uyên bác của thế gian

Là những vị vang lừng danh tiếng, nổi bật nơi trần thế.

Các giáo huấn này là báu vật trân quý nhất với uy lực vô song,

Vì đáp ứng được mọi ước nguyện của muôn loài trong chín cõi.

Các giáo huấn này là đại dương của những thuyết giảng tuyệt hảo,

Vì là nơi hội tụ của ngàn dòng sông Pháp bảo .

Giáo pháp về *"Các giai đoạn trên đường tu giác ngộ"* được truyền đến chúng ta qua các ngài Long Thụ và Vô Trước, đáp ứng được hy vọng và ước nguyện của vô lượng chúng sinh. Giáo pháp này đáp ứng cả những ước nguyện nhất thời cũng như ước nguyện tối hậu của chúng ta là sự thành tựu quả Phật. Tất cả các giai đoạn tu tập, từ [lúc bắt đầu] thực hành quán tưởng thân người là quý hiếm cho đến khi thành tựu quả Phật đều được thuyết giảng trong *"Các giai đoạn trên đường tu giác ngộ"*, hay ba căn cơ tu tập. Giáo pháp này được xem như báu vật trân quý vì đáp ứng được ước nguyện của mọi chúng sinh. Bản văn *"Các giai đoạn trên đường tu giác ngộ"* chứa đựng các pháp tu tinh yếu của các giáo pháp lớn, trong đó có cả lời Phật dạy và luận giải của các vị đạo sư vĩ đại. Do đó, nó được xem như một đại dương mênh mông, nơi hội tụ của nhiều dòng sông.

Thông qua giáo pháp này, ta sẽ thấy trong lời Phật dạy không bao giờ có sự mâu thuẫn,

Sẽ biết cách rút ra từ Kinh điển những giáo huấn cho riêng mình.

Sẽ dễ dàng nhận biết Thánh ý [trong Kinh điển],

Và được bảo hộ không rơi vào hố thẳm của sai lầm nghiêm trọng.

Sự vĩ đại của giáo huấn trong cuốn *"Các giai đoạn trên đường tu giác ngộ"* là ở chỗ nó thâu tóm được tất cả giáo huấn tinh yếu của các bậc đạo sư vĩ đại kể từ đức Phật, nên giúp ta hiểu được tính nhất quán, không mâu thuẫn của tất cả các giáo huấn dành cho nhiều trình độ khác nhau. Tất cả những giáo huấn này là những lời dạy hữu ích giúp ta có thể dễ dàng hiểu được dụng ý của đức Phật Thích-ca Mâu-ni [trong Kinh điển].

Những cách giảng giải khác nhau trong giáo lý của đức Phật và trong các luận giải khác nhau là nhằm đáp ứng nhu cầu của người tu học hay các chúng sinh khác nhau. Thoạt nhìn qua thì ta có thể thấy như các giáo pháp này có sự mâu thuẫn nhau về mặt ngôn từ. Và nếu chúng ta không thấu hiểu một cách sâu xa những ý nghĩa vốn có, ta có thể có ấn tượng rằng một phần trong các giáo pháp này cần phải tu tập, nhưng có những phần khác thì không. Chúng ta có thể cảm thấy như các vị đạo sư này đã mâu thuẫn với nhau.

Nhưng khi chúng ta tuần tự tu tập theo lời dạy trong bản văn *"Các giai đoạn trên đường tu giác ngộ"*, từ cách nương tựa vào một bậc thầy tâm linh cho đến sự thành tựu của một vị Phật, chúng ta sẽ nhận ra rằng các giáo pháp được trình bày thành ba giai đoạn tu tập là nhằm giúp đỡ các hành giả có khuynh hướng tinh thần khác nhau tùy thuộc vào những khả năng khác nhau. Tất cả các mức độ khác nhau trong giáo pháp đều cần phải tu tập, nhưng ta có thể khởi đầu từ mức độ nào phù hợp với tâm thức của mình.

Thêm vào đó, ta có thể thấy rằng tất cả những giáo pháp này đều là những lời giáo huấn quý báu. Cho dù có thuộc về Kinh điển hay Mật điển, chúng ta đều thấy rằng những giáo pháp này không hề mâu thuẫn nhau. Chúng ta còn có những tác phẩm khác nữa, như cuốn *"Kho tàng Tri thức"*[1] vốn giải thích bản chất đa dạng ở những mức độ khác nhau của các

---

[1] Bản dịch tiếng Anh là "The Treasure of Knowledge", là một trong các tác phẩm nổi tiếng của vị Jamgon Kongtrul (1813-1899) Đời thứ nhất ở Tây Tạng, được xem như một bộ bách khoa toàn thư vì chứa đựng nhiều kiến thức rất phong phú về bản chất của mọi hiện tượng.

pháp và *"Hiện quán Trang Nghiêm Luận"* [1] giảng giải các tầng bậc khác nhau trên con đường tu tập. Khi xem qua những tác phẩm khác nhau này, ta có thể có cảm tưởng rằng một số trong những giáo pháp này nhắm đến thực hành và một số khác chỉ nhằm mục đích học thuật. Điều này cho thấy rõ là ta đã không có khả năng xem toàn bộ Kinh điển như các chỉ dẫn hay giáo huấn quý báu. Nhưng khi chúng ta học qua một tác phẩm như ***"Các giai đoạn trên đường tu giác ngộ"***, ta sẽ có khả năng thâu tóm toàn bộ các giáo pháp này lại với nhau và nghĩ đến từng dòng cụ thể trong giáo pháp đều sẽ là hữu ích cho một kinh nghiệm nhất định nào đó. Do đó, quý vị sẽ có khả năng xem tất cả các giáo pháp này đều như là các lời khuyên dạy hay giáo huấn quý báu cho sự tu tập của chính mình.

Việc hiểu rõ các giai đoạn khác nhau trên đường tu tập là nền tảng của sự chứng ngộ đúng hướng. Do đó, lý do thứ ba minh chứng cho tính vĩ đại của tác phẩm này là, thông qua đó ta có thể dễ dàng thấy được tư tưởng rốt ráo của đức Phật. Thông qua việc tu tập, chúng ta đạt được sự chứng ngộ và vì vậy càng tăng thêm niềm tin vào tính xác thực trong tư tưởng của đức Phật. Khi niềm tin tưởng như thế được phát triển, chúng ta sẽ tự động từ bỏ lối sống xấu ác và sẽ vô cùng tôn kính đối với giáo pháp của Đức Phật, dù chỉ là với một chữ thôi.

---

[1] Bản dịch tiếng Anh là "Ornament for Clear Realization", nguyên bản Phạn ngữ là Abhisamayalankara, là một trong 5 bộ luận quan trọng được tin là do Bồ Tát Di-lặc truyền dạy cho ngài Vô Trước (Asaṅga).

Vậy có bậc trí giả nào lại không say mê nghiền ngẫm

Giáo pháp về các giai đoạn trên đường tu giác ngộ, dành cho cả ba loại căn cơ,

Là Giáo pháp tối thượng được sự quy ngưỡng

Của biết bao bậc trí giả hữu duyên ở hai vùng Tạng, Ấn.

Do nội dung bản văn *"Các giai đoạn trên đường tu giác ngộ"* được sắp xếp một cách hệ thống nên việc tu tập [theo đó] thật dễ dàng. Đây là một trong những lý do giải thích sự vĩ đại của giáo pháp này. Do đó, các đại học giả Ấn Độ và Tây Tạng đều dựa trên giáo huấn tối thượng này. Vậy nên, [trong bản văn] ngài Tsongkhapa hỏi rằng, liệu có thể nào một người tự cho mình là hàng trí giả mà lại không say mê giáo pháp *"Các giai đoạn trên đường tu giác ngộ"* này? Một người có những chủng tử thiện nghiệp mạnh mẽ trong tâm thức thì có thể không cần phải tuần tự đi qua tất cả các giai đoạn khác nhau của đường tu, vì đối với họ chỉ cần một chút nhân duyên là có thể dẫn đến những thành tựu chứng ngộ nhất định. Nhưng tiến trình chung [cho đa số] là phải tu tập tuần tự theo như trình bày trong *"Các giai đoạn trên đường tu giác ngộ"*.

Sau đó, chánh văn giải thích cách truyền bá cũng như lợi ích của việc nghe và giảng giáo pháp này.

Chắc chắn con sẽ tích lũy mạnh mẽ vô vàn lợi lạc

Của việc giảng giải hay lắng nghe những giáo pháp sâu mầu,

Giảng giải chánh văn

Nhờ vào chỉ một lần giảng giải hay lắng nghe bản giáo pháp rút gọn này,

Tóm lược tinh yếu của tất cả Kinh điển - nên hãy suy ngẫm về điều đó.

Vì *"Các giai đoạn trên đường tu giác ngộ"* là bản tóm lược tất cả các giáo pháp vô cùng tuyệt diệu, nên nếu ta tụng đọc hay lắng nghe giáo pháp này dù chỉ một lần thôi, ta cũng sẽ tích lũy được vô vàn công đức từ việc đó. Do đó, ta cần lắng nghe hay truyền bá giáo pháp này với mục đích là chuyển hóa tâm thức mình. Chúng ta phải quay lại xem xét lỗi lầm nơi tự thân và suy nghĩ đến việc chuyển hóa khuynh hướng tinh thần của chính mình để đạt đến quả Phật. Nếu không thì bất kể việc tất cả các cấp độ thâm sâu của giáo pháp này là để chuyển hóa tâm thức, nhưng chúng ta cũng chỉ có thể trở thành các học giả lớn mà thôi. Những giáo pháp này sẽ trở thành những kiến thức học thuật thuần túy không tác động được gì đến tâm thức. Kết quả là ta sẽ không có khả năng thực hiện bất kỳ một sự chuyển hóa nào trong tâm thức.

Do đó, khi chúng ta lắng nghe hay truyền bá những giáo pháp như thế này, điều quan trọng là ta phải làm điều đó với một động cơ đúng đắn, hoàn hảo. Việc nghe giảng Pháp là quan trọng. Cũng có thể chỉ cần đọc bản văn thôi là ta nhận hiểu được, nhưng nếu lắng nghe sự giảng giải của một vị lạt-ma nhiều kinh nghiệm thì kinh nghiệm của ta sẽ phong phú hơn. Việc chuyển hóa tâm sẽ cực kỳ hiệu quả. Do đó, trong khi nghe giảng Pháp quý vị không nên giống như một cái bình úp ngược, một cái bình dơ bẩn hay một cái bình thủng đáy.[1] Quý vị cũng phải phát khởi sáu tâm trạng tích cực,[2] chẳng hạn: quán niệm mình như người bệnh, giáo pháp như thuốc chữa bệnh, vị thầy như bác sĩ v.v...

Vị lạt-ma phải giảng Pháp với động cơ đúng đắn. Vị này càng quan tâm đến việc truyền pháp bao nhiêu thì thành tựu của chính bản thân ngài sẽ càng to lớn bấy nhiêu. Giảng Pháp cho người khác không giống như việc tự đọc giáo pháp một mình. Đôi khi quý vị có thể đọc lướt nhanh qua bản văn nhưng không có được sự nhận hiểu rõ ràng. Nếu quý vị sẽ giảng giải bản văn ấy cho ai đó thì quý vị nhất thiết phải thận trọng hơn [khi đọc]. Quý vị sẽ đạt đến sự

---

[1] Thí dụ này thường được dùng trong Kinh điển để chỉ ra 3 trường hợp nghe giảng Pháp mà không mang có được sự lợi lạc: nghe Pháp với tâm chứa đầy tà kiến, định kiến, nên không thể tiếp nhận bất kỳ điều gì từ Giáo pháp, giống như không thể rót sữa vào cái bình úp ngược; nghe Pháp với tâm phiền não, nhiễm ô, đầy tạp niệm, giống như cái bình dơ bẩn dù có rót được sữa vào nhưng sữa ấy cũng không còn dùng được; nghe Pháp mà không ghi nhớ, thực hành được bất kỳ điều gì đã nghe, giống như rót sữa vào cái bình thủng đáy, tất cả đều sẽ chảy mất hết không còn lại gì.

[2] Sáu tâm trạng tích cực khi tiếp cận với một đối tượng, bao gồm: 1. cảm nhận tích cực về đối tượng; 2. cảm nhận tích cực về ý nghĩa của đối tượng; 3. cảm nhận tích cực về mối tương quan giao tiếp với đối tượng; 4. cảm nhận tích cực về hành vi sinh khởi từ mối tương quan giao tiếp với đối tượng; 5. cảm nhận tích cực về bản thân mình trong tương quan với đối tượng; 6. cảm nhận tích cực về những người có liên quan đến đối tượng. Những ví dụ được đức Đạt-lai Lạt-ma đưa ra ở đây là nhằm khơi dậy những cảm nhận tích cực như thế.

thấu suốt rõ ràng một số điều mà trước đó quý vị không thể hiểu được. Tôi đã gặp nhiều vị geshe[1] tài ba chỉ đạt đến sự chứng ngộ sau khi đã nhận được học vị, nhờ vào việc dành thời gian giảng giải kinh văn cho học trò. Dù quý vị có cung kính đi nhiễu hoặc lễ lạy được hay không thì điều quan trọng hơn vẫn là phải thật lòng giảng giải ý nghĩa kinh luận cho học trò. Việc này hữu ích hơn. Sau đó, khi kết thúc buổi giảng nên hồi hướng mọi công đức về cho sự lợi lạc của tất cả chúng sinh.

Điểm kế tiếp là cách nương tựa thiện tri thức. Nương theo bậc thiện tri thức được xem là cơ sở của việc tu tập theo *"Các giai đoạn trên đường tu giác ngộ"*. Nếu đã có được nền tảng này thì phần tu tập còn lại sẽ thành công. Chánh văn dạy rằng:

Căn bản để thiết lập một duyên lành vững chắc

Cho vô vàn những điều tốt đẹp của hôm nay và mai sau

Là tinh tấn nương theo đúng mực những tư tưởng và hành vi

Của những bậc thiện hữu tri thức tuyệt hảo, là người chỉ bày cho ta con đường tu tập.

Thấy được điều này, dù mất mạng cũng không bao giờ rời bỏ các bậc thiện tri thức

---

[1] Geshe: một học vị đặc biệt của Phật giáo Tây Tạng, dành cho những vị đã hoàn tất một chương trình đào tạo theo quy định và vượt qua các kỳ khảo sát để chứng tỏ được sự uyên bác thực sự về Phật học, có thể xem như tương đương với học vị tiến sĩ Phật học.

Và dâng lên món quà để các vị hoan hỷ, là thực hành theo những gì được chỉ dạy.

Bậc Thầy thiêng liêng tôn kính của ta đã làm như thế,

Và người cầu tìm giải thoát như ta cũng sẽ làm theo như thế.

Bất kể ta đã có được những phẩm tính tốt đẹp tuyệt hảo nào trong kiếp này hay kiếp sau, thì việc nương theo bậc thiện tri thức cũng sẽ tạo ra một khởi đầu thuận lợi dẫn đến thành công trong giai đoạn tu tập tiếp theo. Nếu chúng ta có đủ các nhân và duyên cần thiết ngay từ lúc đầu thì đương nhiên là phần tu tập kế tiếp sẽ thành công. Và trừ phi tích lũy được những nhân duyên đúng đắn lúc ban đầu, bằng không thì những kết quả mong muốn sẽ không thể đạt được. Đây là một quy luật tự nhiên. Nếu muốn đạt được thành công trong việc gì, thì quý vị phải hội đủ các nhân duyên [cho sự thành công đó]. Dù đó là sự phát triển khoa học hay tiến bộ kinh tế, thì kết quả đạt được đều phải nhờ vào việc trù liệu có hệ thống. Khi nói đến việc trù liệu có hệ thống, ý tôi là bất kể quý vị sẽ cần đến hay yêu cầu gì trong tương lai, quý vị đều phải có sự chuẩn bị tương ứng. Hãy làm theo từng bước thứ nhất, thứ hai, thứ ba - chuẩn bị tất cả các nhân duyên cần thiết theo một trình tự có hệ thống và rồi thực hiện chúng. Như vậy, quý vị sẽ đạt được kết quả mong muốn.

Sự thực hành Phật pháp chú trọng đến việc đạt được thành tựu trong những đời sau. Chúng ta chủ yếu tìm cầu hạnh phúc và sự bình an. Hạnh phúc và sự bình an có được nhờ thực hiện các nhân duyên đúng đắn. Chỉ hoàn toàn dựa vào sự cầu nguyện để mong được hạnh phúc và bình an thì quý vị sẽ không đạt được điều mong muốn.

Đây là vấn đề duyên sinh. Nếu quý vị thực sự mong muốn có được tất cả những phẩm tính tuyệt hảo cho cả đời này lẫn đời sau thì quý vị phải dựa theo quy luật duyên sinh. Một người nào đó trở thành bậc thiện tri thức cao quý không phải nhờ sự giàu có hay nổi tiếng. Quả Phật là điều mà chúng ta phải thành tựu trong tâm thức mình. Đây là một phẩm chất tinh thần. Phẩm chất tinh thần tối hậu này có được thông qua việc thực hành theo các giai đoạn trên đường tu hướng đến giác ngộ. Điều này có nghĩa là chúng ta dần dần loại bỏ các mức độ phiền não khác nhau và đạt được các mức độ phẩm tính khác nhau. Bậc thiện tri thức phải là người từng được lắng nghe giáo pháp miên mật và có kinh nghiệm tu tập thâm sâu. Nhưng nếu chỉ là một kẻ có danh nhưng không có kiến thức, hoặc có kiến thức nhưng chẳng có kinh nghiệm thực hành, thì người ấy sẽ khó mà dẫn dắt người khác.

Trong bản Đại luận cùng tên với bản văn này, ngài Tsongkhapa nói rằng, nếu quý vị thực sự muốn giúp người khác thuần hóa tâm của họ, thì trước hết quý vị nhất thiết phải tự thuần hóa chính tâm mình. Nếu quý vị không điều phục hay thuần hóa được tâm mình thì quý vị sẽ không thể thực sự giúp vào việc điều phục tâm của người khác. Việc điều phục tâm không thể đạt được qua một giai đoạn thực hành ngắn ngủi. Điều này đòi hỏi sự ổn định. Do đó, không thể thực hành việc luyện tâm hay điều phục tâm như thế chỉ trong vài ba ngày hoặc thậm chí là vài ba tháng. Điều này cần phải được thực hành trong nhiều năm dài. Khi quý vị chuyển hóa và điều phục tâm mình dần dần qua những nỗ lực như thế thì đó sẽ là một sự chuyển hóa đích thực, một sự điều phục tâm thức đích thực. Nếu quý vị không điều phục tâm mình một cách vững chãi và có hệ thống thì đôi khi quý vị có thể có được khả năng hành xử như thể là một người đã điều phục tâm rất tốt, bằng cách thực hành bố thí hay các pháp tu khác, nhưng điều đó sẽ không lâu dài. Tôi không nói rằng như vậy là vô ích, nhưng đó không phải là một sự chuyển hóa đích thực hay thực sự điều phục tâm ý.

Để điều phục tâm ý một cách toàn diện, điều quan trọng là phải thực hành liên tục. Chúng ta thấy có những người dường như đã điều phục tâm ý rất tốt và hành xử rất đúng đắn trong khoảng vài ba tháng, thậm chí là vài ba năm. Nhưng rồi sau đó họ lại hành xử rất tồi tệ, nên điều này chỉ rõ rằng họ đã không tu tập theo một trình tự có hệ thống. Kẻ thù của chúng ta, những cảm xúc phiền não, vô cùng láu lỉnh và tinh ranh. Hồi nhỏ, tôi nghe nói rằng phải hết sức thận trọng đối với loài rồng kẻo bị chúng theo rình rập khắp nơi và sẽ hãm hại ta khi có cơ hội. Dĩ nhiên, đó chỉ là một truyền thuyết. Điều có thật là các cảm xúc phiền não rất tinh khôn. Việc duy nhất chúng phải làm là gây tổn hại cho ta, hủy hoại và mang đau khổ đến cho ta. Chúng ta phải có khả năng khám phá bản chất của các cảm xúc phiền não này. Chúng ta dễ dàng nhận biết bản chất của những người khác, đồng loại của ta. Nếu một người nào đó mà chúng ta quen biết [có bản chất] tinh ranh hay dối trá, ta sẽ nhận biết điều đó ngay. Vậy chúng ta hãy cố gắng khám phá ngay trong các cảm xúc phiền não của ta chính cái khuynh hướng đó, thậm chí một khuynh hướng còn tồi tệ hơn nữa. Thật không sáng suốt khi ta chỉ ra được cách ứng xử tồi tệ của người khác nhưng lại không nhận thấy được ý niệm sai lầm về bản ngã và tính vị kỷ đang im lìm ngủ yên trong chính bản thân ta.

Những phẩm hạnh nào làm nên một bậc thiện tri thức? Đại Thừa Trang Nghiêm Kinh Luận giảng giải mười phẩm hạnh mà một người giảng giải kinh điển cần phải có. Một bậc thiện tri thức như thế cần phải giữ tròn giới luật, phải hòa nhã, có kiến thức v.v… Ngài Tsongkhapa dạy rằng, nếu quý vị đi tìm một bậc thiện tri thức thì trước tiên quý vị phải khám phá các phẩm hạnh nào làm nên một bậc thiện tri thức. Nếu quý vị là một bậc thầy tâm linh và muốn thu nhận thêm đệ tử, thì quý vị phải tự xét xem mình đã có được các phẩm hạnh cần thiết hay chưa? Nếu quý vị không làm đúng như thế thì sẽ có những nguy cơ nhất định. Ban đầu, quý vị có thể nhận ai đó là bậc thiện tri thức [để nương theo] mà không xem xét những phẩm hạnh của người ấy, để rồi sau đó quý vị có thể sẽ phải quay lưng đi vì khinh ghét cung cách hành xử của họ, và điều đó là một nguy cơ cho cả hai.

Để khởi đầu tu tập, thay vì nhận ngay ai đó là bậc thầy tâm linh của mình và thọ lãnh giáo pháp từ người đó, thì khôn ngoan hơn là chỉ đơn thuần trò chuyện với người ấy thôi. Mặt khác, quý vị cũng có thể chỉ lắng nghe giảng Pháp từ một người nào đó mà không giao phó hoàn toàn bản thân mình cho người ấy. Sau một thời gian, sau khi đã xem xét các phẩm hạnh tốt đẹp của người này thì quý vị có thể yên tâm nhận đó là bậc thiện tri thức [để nương theo]. Lúc đầu, quý vị phải dò xét người thầy của mình. Chỉ khi nào quý vị chắc chắn được rằng mình có thể thực sự tin tưởng nơi người ấy thì mới nên nhận họ làm thầy. Có câu châm ngôn rằng, quý vị không nên nhận ai đó làm thầy như kiểu con chó chạy theo miếng thịt, [nghĩa là chỉ dựa theo bản năng và hoàn toàn không suy xét].

Một khi quý vị đã nhận ai đó làm thầy, thì cho dù nhận thấy có lỗi lầm nào đó nơi vị ấy, quý vị cũng đừng nên chú ý vào đó và cũng không nên nói với người khác. Hãy giữ một vị trí khách quan. Người ta còn nói rằng, quý vị nên xem mọi việc làm của bậc thiện tri thức đều là tốt đẹp. Điều này có một ý nghĩa cụ thể trong một hoàn cảnh cụ thể. Quý vị không nên nhận hiểu theo giá trị bề ngoài. Điều ấy được giải thích rõ ràng hơn rằng, nếu một bậc thiện tri thức nói ra điều gì đó hoàn toàn trái ngược với lời dạy chung của đức Phật, thì việc quý vị chất vấn vị ấy là hoàn toàn hợp lý. Nếu sự chỉ dẫn của vị đạo sư hoàn toàn mâu thuẫn với giáo pháp cơ bản của đức Phật thì quý vị có thể bỏ ngoài tai. Dĩ nhiên, nếu vị đạo sư của quý vị có phẩm hạnh tuyệt hảo nhưng những chỉ dẫn của ngài lại có sự mâu thuẫn với giáo lý chung của đức Phật theo một cách nào đó, thì quý vị nên trực tiếp thưa hỏi ngài. Nếu đạo sư của quý vị là một bậc thầy thực sự chân chánh, thì cho dù những chỉ dẫn của ngài có vẻ như là mâu thuẫn, nhưng ngài sẽ có khả năng lý giải về tính nhất quán, không mâu thuẫn trong lời giảng của mình.

Quý vị phải chân thành nương theo bậc thiện tri thức về phương diện tư tưởng và tu tập, cho dù có phải hy sinh tánh mạng. Một khi đã chấp nhận vị nào đó làm đạo sư của mình thì nếu có thể, hãy cố gắng xem vị ấy như là một hóa thân của đức Phật. Tuy nhiên, điều chủ yếu là khởi tâm kính trọng và ngưỡng mộ đối với tri thức và thiện hạnh của ngài, và vì thế luôn nhớ đến tâm từ mẫn của thầy [dành cho mình]. Nếu quý vị làm theo những tư tưởng và lời dạy của thầy, thì toàn bộ các hành vi ứng xử của quý vị sẽ tự nhiên trở nên thiện hảo. Nếu quý vị được kề cận bậc đạo sư thì lỗi lầm của quý vị sẽ tự nhiên chấm dứt và thiện hạnh của quý vị sẽ tự nhiên tăng trưởng.

Để uốn nắn thân, khẩu, ý của mình theo đúng ý nguyện của vị đạo sư thì trước hết quý vị phải phát khởi niềm tin. Những bậc cha mẹ có học thức lo cho con cái của họ bằng cách đưa chúng đến trường và đảm bảo rằng chúng được dạy dỗ tốt. Ngược lại, các bậc cha mẹ không có học, do sự thất học của chính họ nên không quan tâm nhiều đến việc giáo dục con cái. Tương tự, việc có được một bậc đạo sư đúng đắn là rất quan trọng đối với chúng ta. Chúng ta cần một người nào đó để noi gương. Ngay trong đời thường, chúng ta cũng phụ thuộc vào một người thầy trong bất kỳ lĩnh vực nghề nghiệp nào ta chọn. Chẳng hạn, quý vị không thể chỉ sử dụng trí thông minh của mình để trở thành một nghệ sĩ lớn, nhưng nếu quý vị được dìu dắt bởi một người thực sự hiểu biết về nghệ thuật thì quý vị sẽ thành công trong nghề nghiệp.

Khi tôi học viết các chữ Tây Tạng không có dấu nhấn trên đầu, tôi rất thích viết chữ có dấu nhấn trên đầu, tức là các chữ hoa. Qua việc đọc kinh sách và bằng sáng kiến của mình, tôi đã có thể viết chữ hoa. Nhưng sau đó, khi tôi bắt đầu học cách viết chữ từ một người khác, tôi mới nhận ra rằng cách viết đúng, như cách cầm bút, cách di chuyển bàn tay v.v... đều hoàn toàn khác hẳn. Cũng vậy, đối với việc chuyển hóa tâm, điều quan trọng là phải dựa vào một người biết cách làm điều đó. Đây là lý do giải thích sự quan trọng của việc phải có được một bậc đạo sư.

Giờ thì câu hỏi quan trọng được đặt ra ở đây là, liệu một con người có thể thực sự trở thành một vị Phật toàn giác, toàn thiện và đầy đủ mọi thiện hạnh hay chăng? Hãy lấy ví dụ về một con người. Chẳng có ai vừa mới sinh ra đã giận dữ và tiếp tục như vậy cho đến khi chết. Có những lúc chúng ta trở nên giận dữ, nhưng cũng có những lúc chúng ta từ bi và tràn ngập lòng yêu thương. Do đó, dù quý vị có là người rất dễ nóng giận, thì không phải lúc nào quý vị cũng giận dữ cả. Điều này chỉ rõ rằng, tâm thức vốn có hai phẩm tính trong sáng và nhận biết, đồng thời là tách biệt với những cảm xúc phiền não. Cho dù có những lúc chúng ta khởi tâm sân hận và tham ái, nhưng cũng có những lúc bản tâm ta hoàn toàn không khởi các cảm xúc tiêu cực này.

Từ kinh nghiệm bản thân, chúng ta biết rằng có nhiều khía cạnh khác nhau của tâm dựa trên sự trong sáng cơ bản của nó. Có những lúc chúng ta khởi tâm sân hận hay bi mẫn v.v... đối với cùng một đối tượng, nhưng chẳng có lúc nào ta đồng thời khởi tâm sân hận và bi mẫn đối với đối tượng đó. Những tâm ấy không thể đồng thời cùng sinh khởi, và điều này cho thấy chúng là các khía cạnh khác nhau của tâm. Khi chúng ta sinh khởi các cảm xúc phiền não như sân hận và tham ái, ta có một cảm nhận mạnh mẽ về bản ngã, một cảm giác mạnh về nó. Chúng ta càng quan niệm sai lầm về bản ngã thì sự sân hận, tham ái của ta càng lớn hơn. Cảm giác về "cái tôi" hay bản ngã đôi khi mạnh mẽ đến mức ta tưởng chừng như có thể sờ chạm được nó. Cảm giác về bản ngã như thế chắc chắn sẽ làm tăng thêm sân hận và tham ái, nhưng nó không phải là bản chất rốt ráo của tâm.

Bằng phương pháp suy luận, chúng ta hiểu được rằng có thể loại trừ các cảm xúc phiền não. Thêm vào đó, hiểu rõ về vô ngã là biện pháp đối trị quan niệm sai lầm về bản ngã. Do đó, quả Phật là một cái gì đó có thật và là điều mà chúng ta có thể đạt được. Nếu một vị Phật tồn tại thì ngài đạt giác ngộ là vì lợi lạc của chúng sinh. Ngài huân tập các thiện hạnh vì lợi lạc của tất cả chúng sinh. Vì thế, chúng ta cũng có thể giả định rằng, cho dù trực tiếp hay gián tiếp, chư Phật vẫn luôn luôn gia hộ chúng ta hướng về nẻo thiện. Mặc dù vậy, chỉ có chính vị đạo sư của quý vị mới là người trực tiếp cầm tay quý vị để dẫn dắt đi đến chánh đạo.

Qua những lý lẽ như trên, chúng ta có thể đi đến kết luận rằng, vị đạo sư là một hóa thân của đức Phật. Khi chúng ta suy nghĩ theo cách này, chúng ta sẽ chú ý nhiều hơn đến thiện hạnh của vị thầy và sự không đáng tin cậy trong nhận thức của riêng ta. Bằng cách nhớ đến những thiện hạnh của thầy, ta sẽ thấy rằng về các phương diện này, ngài có thể sánh với đức Phật, nhưng xét về lòng từ mẫn đối riêng ta thì vị thầy lại có phần hơn.

Sau khi đã nương tựa vào đạo sư thì chúng ta sẽ tiến hành việc tu tập như thế nào? Làm sao ta có thể rút ra được ý nghĩa của kiếp người? Mục đích của chúng ta là chứng đạt các đạo quả cao hơn và sự thuyết giảng về phương pháp đạt được đạo quả nằm trong giáo pháp về giai đoạn tu tập đầu tiên. Tìm ra được nguyên nhân cơ bản của khổ đau là phần giáo pháp trung cấp. Khi đã nhận diện được khổ đau và quyết tâm tự giải thoát ra khỏi luân hồi, nếu quý vị có thể phát khởi tâm từ bi và vị tha đối với những chúng sinh khác khi thấy họ phải chịu đựng khổ đau, quý vị có thể khởi sự thực hành sáu pháp ba-la-mật. Đây là pháp tu dành cho những người thượng căn. Đoạn kệ tiếp theo giảng giải tầm quan trọng của việc có được thân người.

Thân người với đủ tự do quý hơn ngọc như ý,

Và cơ hội thế này chỉ đến một lần thôi.

Thật khó được, dễ mất, ngắn ngủi như tia chớp giữa trời,

Luôn ghi nhớ trong lòng như thế, nên hãy nhận biết mọi chuyện thế gian

Chỉ như những vỏ trấu tung bay trong gió.

Vậy nên phải sống miên mật ngày đêm sao cho kiếp người trở thành ý nghĩa nhất.

Bậc Thầy thiêng liêng tôn kính của ta đã làm như thế,

Và người cầu tìm giải thoát như ta cũng sẽ làm theo như thế.

Nếu Niết-bàn và sự giác ngộ là có thật và có thể đạt được, thì chúng ta nhất thiết phải thành tựu cho bằng được. Phương pháp để đạt được như thế là chuyển hóa và điều phục tâm. Để làm điều này, chúng ta cần có sự quyết tâm, và ta có thể khơi dậy quyết tâm này thông qua suy luận. Chỉ có con người mới có khả năng vận dụng sự suy luận. Chư thiên và bán thần (a-tu-la) là những loài mà chúng ta không nhìn thấy trực tiếp. Nhưng trong các loài mà chúng ta có thể nhìn thấy, như những chủng loại động vật khác nhau v.v... thì loài người có trí thông minh cao nhất. Chẳng có sinh vật nào khác có được trí thông minh tuyệt vời như loài người. Do đó, đời người là vô cùng quý hiếm. Nhưng nếu chúng ta sử dụng cuộc đời quý báu này chỉ để đắm chìm trong các cảm xúc phiền não như tham ái, sân hận v.v... thì dường như ta sinh ra chỉ để gây hại cho người khác.

Khi ra đời, chúng ta mang đến sự đau đớn cùng cực cho mẹ ta. Nếu ta phụ thuộc vào sữa mẹ, đó là ta sống còn nhờ tình thương của mẹ. Và thậm chí nếu ta không nhờ vào sữa mẹ thì ta cũng phải phụ thuộc vào sữa của một loài vật nào khác, đó là ta sống còn nhờ lòng tốt của chúng. Cũng vậy, chính cuộc sống này của ta đã phụ thuộc vào lòng tốt của các chúng sinh khác. Vậy nên ngay từ khi chào đời đến lúc có thể tự lo liệu, chúng ta sở dĩ tồn tại được chỉ là nhờ vào lòng tốt của nhiều người. Chúng ta có thể sinh tồn là dựa vào sự đau khổ và lòng tốt của nhiều người khác. Nhưng một khi ta đã có thể tự lo cho thân mình, nếu thay vì trả ơn mọi người, ta lại chỉ toàn phá hoại, chỉ luôn chạy theo tham ái, sân hận v.v... thì thật là bất hạnh. Nếu sinh ra làm người mà như thế thì sinh ra làm thú vật hẳn là tốt hơn. Ít ra thì loài vật cũng không gây hại bằng những loại người như thế. Sống một đời như vậy thì thà chết đi còn tốt hơn.

Chúng ta thấy những con người phá hoại ở khắp nơi trên thế giới. Những người này chẳng những tự thân không được hạnh phúc, mà họ còn phá hoại hạnh phúc của người khác. Họ có thể có quyền lực, nhưng chẳng có hạnh phúc. Nếu những người có quyền lực, giàu có và khôn ngoan nhưng lại không biết sử dụng quyền lực và sự giàu có của mình một cách xây dựng để mang lại hạnh phúc cho người khác, thì hẳn là sẽ tốt hơn nếu họ đừng sinh ra. Khả năng khai thác được nguồn tài nguyên trí tuệ lớn lao của con người để giúp đỡ người khác là điều rất quan trọng. Ít nhất thì trí thông minh đó cũng không nên là nguyên nhân gây phiền toái cho người khác.

Xét về việc chuyển hóa tâm thức thì kiếp người là cực kỳ quan trọng. Trên nền tảng trí khôn của con người, chúng ta có thể phát khởi tâm Bồ-đề quý báu. Tâm Bồ-đề được xem như một viên ngọc quý. Sự quan tâm đến lợi lạc của người khác hơn chính bản thân mình là điều quý giá hơn cả châu ngọc. Một viên ngọc quý như tâm Bồ-đề có thể được tạo ra từ tâm thức con người.

Do đó, khi đã sinh ra trong cõi đời này, nếu ta lại dùng cuộc sống quý báu cho những hành vi phá hoại thì thật không còn gì tồi tệ hơn. Những ai trong chúng ta đã gặp được Phật pháp đều có cơ hội để sử dụng trí thông minh của mình. Một người dũng mãnh có thể chỉ ra hướng đi mới cho những người khác và mang lại hạnh phúc cho chúng sinh. Ngược lại, nếu ta sử dụng trí khôn theo hướng xấu ác thì chỉ một người thôi cũng có thể hủy diệt hàng ngàn người và súc vật. Trí thông minh của con người có khả năng dùng vào các hành vi xây dựng hay phá hoại. Với thân người, việc tái sinh vào các cảnh giới cao hơn như cõi người hay cõi trời[1] có thể đạt được bằng cách thực hành Mười điều thiện (Thập thiện), Sáu Ba-la-mật (Lục độ) v.v... Quả thật, bằng cách thành tâm tu tập giới, định và tuệ, chúng ta sẽ có khả năng đạt đến Niết-bàn. Hơn nữa, chúng ta cũng có thể đạt đến quả Phật tối thượng. Do đó, thân người này được xem là quý giá hơn cả viên ngọc quý.

Điều tự nhiên là những gì quý giá cũng sẽ khó tìm. Đời người rất quý giá và các nhân để được làm người là rất khó tạo được. Thế nhưng, hiện nay ta đã có được cơ hội quý giá như vậy. Kiếp người không chỉ khó được mà còn dễ mất, [thoáng nhanh] như tia chớp trên bầu trời. Có sinh thì có tử, và vào thời khắc lâm chung thì chỉ có các chủng tử thiện nghiệp mà quý vị đã tạo mới theo giúp quý vị trong kiếp sau. Ngoài ra, vào thời khắc lâm chung, ta sẽ bỏ lại tất cả: người thân, tài sản và ngay cả thân thể vô cùng yêu quý của ta. Do đó, chúng ta phải quyết tâm dấn thân tu tập Phật pháp. Bằng cách quán chiếu về thực tiễn cái chết và biết chắc rằng mình rồi sẽ chết, ta có thể nhận ra tất cả các hoạt động vặt vãnh thế

---

[1] Sáu cõi luân hồi bao gồm cõi trời (chư thiên), loài người (nhân), loài bán thần (a-tu-la), địa ngục, ngạ quỷ và súc sinh. Xét theo mức độ khổ đau mà chúng sanh trong mỗi cảnh giới phải chịu đựng nên cõi trời và cõi trời được xem là những cảnh giới cao hơn, tốt đẹp hơn.

tục là vô nghĩa và tự tạo cho mình nguồn cảm hứng để dấn thân tu tập ngày đêm.

Thế giới này có hơn năm tỷ người. Tất cả chúng ta đều mong muốn hạnh phúc và không muốn khổ đau. Đây là đặc điểm chung cơ bản của tất cả chúng ta, nhưng mỗi chúng ta áp dụng các phương pháp khác nhau để đạt mục đích, tùy thuộc vào mối quan tâm và khả năng trí tuệ của ta. Một số người chỉ chạy theo mục tiêu duy nhất là tích lũy tài sản. Một số người khác không chỉ quan tâm đến riêng sự thịnh vượng vật chất mà cũng cố gắng để có sự ổn định về tinh thần.

Một thành phần trong nhân loại xem việc thực hành tâm linh như thuốc độc hay thuốc phiện. Vì cho rằng đó là một công cụ để bóc lột, nên họ xem việc thực hành tâm linh là một sai lầm và cố gắng loại bỏ. Một thành phần khác của nhân loại tin rằng không chỉ riêng sự thịnh vượng về vật chất đem lại hạnh phúc. Do đó, những người này thực hành tâm linh để được hạnh phúc và bình an trong tâm hồn. Một thành phần thứ ba của nhân loại giữ thái độ trung lập. Họ chẳng thực hành tâm linh, cũng chẳng tìm cách loại bỏ. Họ chỉ đơn thuần thực hiện các hoạt động hằng ngày của mình. Cho dù chúng ta có thực hành Phật pháp hay không thì điều quan trọng là tất cả chúng ta đều mong muốn được hạnh phúc. Nếu chúng ta so sánh những người có niềm tin vào sự tu tập tâm linh với những người không có niềm tin này, thì ta sẽ thấy rằng, những người thực hành tâm linh có tinh thần ổn định hơn và được nhiều hạnh phúc tinh thần hơn. Do đó, chúng ta có thể kết luận rằng, những gì chúng ta đang làm là không hề sai lầm.

Dĩ nhiên, "nhân vô thập toàn", chẳng có ai là toàn hảo cả. Chúng ta quả thật cũng gặp phải không ít những kinh nghiệm tồi tệ khác nhau, nhưng ngay cả trong những lúc như thế, ta vẫn có được khả năng chịu đựng nỗi khổ đau mà ta đang đối mặt. Hơn nữa, khi dấn thân vào tu tập tâm linh, chúng ta huân tập những thiện nghiệp, là nhân lành cho hạnh phúc trong tương lai. Những ai chối bỏ việc thực hành tâm linh, không những vắt kiệt quả lành từ những gì họ đã làm được trước đây, mà còn không tích lũy được những nhân duyên để có được hạnh phúc trong tương lai.

Mặc dù sống lưu vong, người Tây Tạng chúng tôi vẫn đủ ăn, đủ mặc. Tôi nghĩ đây là một kết quả tốt đẹp có được từ sự thực hành tâm linh của chúng tôi. Đó là vì chúng tôi hài lòng rằng đã có đủ mọi thứ cần dùng. Tôi nghĩ là điều này chỉ rõ rằng người Tây Tạng có nhiều giá trị tâm linh hơn so với những ai không thực hành tu tập. Sau khi người Trung Quốc đến Tây Tạng, họ làm cách mạng và phân phối lại của cải [từ những người giàu có] sang cho người nghèo. Nhưng chúng tôi nhận thấy rằng, những người trước đây giàu có vẫn luôn thành công và dần dần họ trở nên sung túc trở lại. Ngay cả khi quý vị phân phối của cải đến cho những người nghèo khó, thì do thiếu phước đức nên họ thường có khuynh hướng thất bại và lại trở nên nghèo khó.

Thành công hay thất bại liên quan đến năng lực của các thiện nghiệp mà chúng ta đã tích lũy trong quá khứ. Do đó, có một số người dù làm bất kỳ chuyện gì cũng luôn thành công, trong khi một số người khác dù làm việc thật cật lực nhưng vẫn luôn thất bại. Có những nhân duyên không nhìn thấy được dẫn đến sự thành công của người này và sự thất bại của những người khác.

Những ai trong chúng ta có sự tu tập tâm linh sẽ có khả năng đối mặt với những vấn đề bất ổn và đồng thời có những tư duy hiền thiện để có thể chuẩn bị cho tương lai lâu dài. Do đó, khi đã chấp nhận thực hành tâm linh thì không những ta sẽ được lợi lạc trong nhiều kiếp sống mai sau, mà điều đó còn thực sự rất hữu ích trong đời sống hằng ngày của ta. Nếu chúng ta mong đợi tất cả hạnh phúc đều đến từ sự giàu có, đó là ta đang tự dối mình. Chúng ta không thể phủ nhận rằng sự giàu có đem lại tiện nghi thoải mái, bởi chúng ta quả thật đang có một thân thể bằng xương thịt. Nhưng nguồn gốc chủ yếu của hạnh phúc lại đến từ sự an tĩnh trong tâm hồn và sự chuyển hóa tâm thức.

Việc tự nhận mình là Phật tử không thôi là chưa đủ. Chúng ta phải tiếp tục chú tâm vào ý nghĩa trong lời dạy của đức Phật. Có thể là chúng ta rất tôn kính Phật, Pháp và Tăng-già, nhưng ta chưa có nhiều nỗ lực hoặc cố gắng nghiên cứu Kinh luận. Chúng ta thường có khuynh hướng nghĩ rằng Kinh luận nên dành cho chư tăng trong các tự viện nghiên cứu. Thế nhưng, cho dù quý vị là người xuất gia hay cư sĩ, thì việc hiểu biết những gì đức Phật đã dạy cũng đều là vô cùng quan trọng.

Khi chúng ta bày tỏ sự tôn kính trước hình tượng đức Phật, thì chỉ đơn thuần việc cúi lạy không thôi là chưa đủ. Chúng ta nên hiểu được lý do vì sao ta lễ kính trước hình tượng ấy. Để hiểu rõ những phẩm tính của đức Phật Thích-ca Mâu-ni thì điều quan trọng là phải học hỏi lời dạy của Ngài. Cũng giống như quý vị thường đánh giá hành vi hay thái độ của một người bằng cách lắng nghe những gì người đó nói, quý vị cũng nên nhận biết những giá trị của chính đức Phật Thích-ca Mâu-ni bằng cách lắng nghe những lời dạy của Ngài. Nếu chỉ đơn thuần đến đây để tham dự một buổi giảng Pháp mà không có sự cố gắng nhận hiểu những ý nghĩa [của Giáo pháp] thì không đủ. Điều quan trọng hơn nữa là, trong cuộc sống hằng ngày quý vị nên cố gắng học hỏi thêm những Kinh luận khác. Cách bắt đầu là chọn một bài Kinh ngắn và cố gắng nhận hiểu những ý chính. Khi quý vị đã hiểu được đại cương về Kinh luận này thì quý vị sẽ có thể nghiên cứu chi tiết hơn. Sau đó, quý vị có thể chuyển sang nghiên cứu các Kinh luận phức tạp hơn để nâng cao trình độ tu học tâm linh của mình. Đối với người xuất gia, các vị tăng ni, thì điều cực kỳ quan trọng là phải dấn thân nghiêm túc vào việc tu tập và học hỏi Giáo pháp. Cần phải hướng mục đích việc học hỏi [Giáo pháp] của quý vị đến sự thành tựu quả Phật vì lợi lạc của tất cả chúng sinh hữu tình. Nếu quý vị học hỏi Giáo pháp với một động cơ như vậy thì bất kỳ việc làm nào của quý vị cũng đều sẽ trở thành một nhân quan trọng để huân tập các thiện hạnh vì lợi lạc cho tất cả chúng sinh đang khổ đau.

Chúng ta đã và đang thảo luận các phương pháp tu tập cho người sơ cơ. Ở trình độ này thì sự khổ đau của những cảnh giới tái sinh xấu [được nhận thức] giống như là sự thật về khổ đau (Khổ đế) và mười hành vi bất thiện (Thập ác) [được nhận thức] giống như sự thật về nguồn gốc của khổ đau (Tập đế). Sự giải thoát khỏi các cảnh giới tái sinh xấu và đạt được trạng thái tốt đẹp hơn [được nhận thức] giống như sự thật về dứt trừ khổ đau (Diệt đế). Con đường để đạt đến trạng thái tốt đẹp hơn là sự thực hành Thập thiện, [được nhận thức] giống như đường tu giải thoát (Đạo đế). Để có thể thành tâm thực hành Thập thiện, chúng ta phải nhận hiểu về các đối tượng quy y là Phật, Pháp và Tăng-già. Chúng ta càng hiểu biết rõ hơn về Phật, Pháp và Tăng-già như là đối tượng của sự quy y thì ta sẽ càng hiểu được rõ hơn về mối tương quan giữa nhân và quả.

Một mai chết đi, ta không thể chắc chắn chẳng sinh vào ác đạo.

Chỉ có Tam Bảo mới bảo vệ ta chắc chắn khỏi những nỗi lo sợ như thế.

Do đó, hãy gìn giữ sự quy y của mình kiên định,

Nghiêm trì giới luật, chẳng hề sai sót.
Điều này tùy thuộc sự nhận biết chắc chắn
Về thiện nghiệp, ác nghiệp cùng với những kết quả tương ứng,
Và biết chọn lọc lấy bỏ hợp theo Chánh đạo.
Bậc Thầy tôn kính của ta đã làm như thế,
Và người cầu tìm giải thoát như ta cũng sẽ làm theo như thế.

Các giai đoạn trên đường tu tập dành cho người sơ cơ có nội dung chủ yếu là cách thức nương tựa một bậc thầy tâm linh và cách thức thực hành tu tập để tự giải thoát khỏi các cảnh giới tái sinh xấu. Việc chúng ta có được một ý thức quy y chân chánh vào Phật, Pháp và Tăng-già hay không tùy thuộc vào việc ta có tích lũy được các nhân và duyên cần thiết hay không. Những nhân duyên cần thiết này là phải có một ý thức ghê sợ khổ đau và nhận biết oai lực của Phật, Pháp và Tăng-già trong việc hộ trì và bảo vệ chúng ta. Để tự bảo vệ mình không bị tái sinh vào các cảnh giới xấu ác, điều quan trọng là phải quán chiếu về cái chết và sự vô thường. Nếu không quán chiếu như thế thì chúng ta có thể sẽ nghĩ rằng mình còn có thể tu tập vào sau này. Nhưng rồi trong thời gian chờ đợi đó, chúng ta có thể đối diện với cái chết và không còn thời gian để thực hành tâm linh, do đó ta sẽ bị tái sinh vào những cảnh giới xấu ác.

Khi nghĩ về các cảnh giới xấu ác như địa ngục... chẳng hạn, đôi khi chúng ta có thể tự hỏi, liệu chúng có thực hay không? Trong tác phẩm *"Kho tàng Tri thức"*, không những có mô tả bản chất của các chúng sinh khác nhau trong các địa ngục, mà thậm chí còn đưa ra các con số tính toán để chỉ rõ vị trí của các địa ngục. Mặc dù các số đo này có thể không hoàn toàn chính xác, nhưng chúng gợi ý rằng rất có khả năng tồn tại các cảnh giới sống khác nhau tùy theo những nhân duyên khác nhau của chúng.

Về sự hình thành vũ trụ này, sách *"Kho tàng Tri thức"* giải thích về một thời kỳ vũ trụ tồn tại, một thời kỳ vũ trụ phân hủy và một thời kỳ vũ trụ hình thành. Sự hình thành này trước hết diễn ra từ trong hư không, khi các yếu tố khác nhau dần dần hình thành. Những giải thích này hoàn toàn phù hợp với cách giải thích của khoa học. Sách này cũng giải thích sự tồn tại của các chúng sinh khác nhau, như thú vật chẳng hạn, vốn làm nảy sinh vấn đề ăn thịt. Nếu chúng ta có thể tránh không ăn thịt thì điều đó là vô cùng tốt đẹp.

Khi tôi còn trẻ và sống nơi điện Potala, vào cuối ngày tôi thường xuyên nhìn thấy những người chăn cừu lùa đi từng bầy cừu. Chúng bị đưa đến lò giết mổ, và tôi cảm thấy không thoải mái về điều đó nên thường nhờ ai đó đến thả chúng ra và thường trả tiền hậu hĩ cho việc ấy. Vào lúc đó, tôi chẳng hề có ý nghĩ rằng làm như vậy sẽ kéo dài tuổi thọ của mình. Mối bận tâm duy nhất của tôi là lo cho những con vật khốn khổ đó sẽ phải chết quá sớm. Tôi đã cứu được rất nhiều những con vật như thế. Người Tây

Tạng chúng tôi là Phật tử nhưng đồng thời cũng là những người rất thích ăn thịt. Khi nghĩ về điều này, có thể chúng tôi không cảm thấy thoải mái. Ở những nơi khác trên thế giới, số lượng cá và các con vật nhỏ bị giết thịt cũng nhiều vô số kể.

Tương tự, ngày nay chúng ta có thể mặc quần áo làm từ sợi bông và nguyên liệu khác thay vì lông thú, nhưng nếu ta lại giết thú vật chỉ để lấy bộ da và lông của chúng thì thật là vô cùng bất hạnh. Khi tôi nghĩ về tất cả những hành vi giết hại thú vật như vậy, tôi cho rằng hạn chế sinh đẻ là việc tốt, bởi vì nếu dân số ít hơn thì sự giết hại cũng sẽ ít hơn. Nếu chúng ta đi sâu vào chi tiết về số lượng thú vật bị giết thì thật là không thể tưởng tượng nổi. Có bao nhiêu con gà bị giết mỗi ngày? Bao nhiêu con cá đang bị giết? Có một lần tôi đến thăm một trại chăn nuôi gia cầm. Trước hết, người ta dùng gà mái để đẻ trứng. Trong thời gian này, chúng bị nhốt trong lồng kim loại khoảng vài ba năm. Và rồi sau hai, ba năm đó, khi chúng không còn đẻ trứng được nữa thì điểm đến duy nhất cho chúng là nhà bếp.

Khi đến Ấn Độ, tôi trông thấy các lồng sắt nhỏ nhốt vài con gà bên ngoài các tiệm ăn. Rõ ràng là chúng ta chẳng mảy may cảm nhận gì về nỗi thống khổ của những con vật đáng thương này. Chúng ta không chịu được dù chỉ là nỗi đau khi bị một mũi kim chích vào da thịt, nhưng lại dửng dưng trước nỗi đau của các loài thú vật, chim chóc... Là con người, mỗi khi gặp một chút bất công hay đau đớn là chúng ta lập tức phàn nàn. Ta khiếu nại ngay đến tòa án. Nhưng liệu những con vật này có quyền khiếu nại không? Khi một con chó lạc lối chỉ đơn giản là lang thang tìm thức ăn, thì ta ném đá để xua đuổi nó đi. Những con vật nói trên không có tòa án để khiếu nại, chẳng có bạn bè để được giúp đỡ. Chúng ta tuyên bố rằng giết hại để báo thù là không tốt, rằng án tử hình là không tốt, nhưng liệu loài vật có những quyền như vậy chăng? Chúng ta thường có khuynh hướng nghĩ rằng những gia súc như cừu, dê... là những con vật để hành hạ mà chẳng cần quan tâm chút nào đến hạnh phúc của chúng. Điều may mắn duy nhất là, vì loài vật quá ngu si nên có thể chúng không bị sợ hãi nhiều như con người.

Vì đường tu tối thượng sẽ không tiến nhanh,

Trừ phi ta sống một đời với tất cả những tu tập tiên yếu.

Hãy tự mình tu tập tạo nhân lành để không còn gì khiếm khuyết.

Quan trọng nhất là phải dứt trừ mọi nghiệp chướng và nhiễm ô,

Do thân, khẩu, ý rơi vào các hành vi xấu ác, phạm giới luật.

Nên phải thường hành nghiêm cẩn cả bốn pháp đối trị.[1]

---

[1] Bốn pháp đối trị bao gồm: 1. Hối tiếc về việc xấu đã làm; 2. Khởi tâm vị tha, quy y Tam bảo và tránh óc bè phái; 3. Quyết tâm không tái phạm; 4. Thực hành các thiện hạnh. (Theo bài giảng của Ven. Thubten Chodron)

Bậc Thầy tôn kính của ta đã làm như thế.

Và người cầu tìm giải thoát như ta cũng sẽ làm theo như thế.

Tâm chân thật cầu giải thoát sẽ không sinh khởi

Nếu không tinh tấn quán chiếu những tai hại của thực tiễn khổ đau.

Trừ phi hiểu rõ nguồn gốc, nhân duyên

Trói buộc mình vào luân hồi sáu nẻo,

Bằng không thì ta sẽ không biết cách dứt trừ tận gốc khổ đau.

Vì thế, hãy nuôi dưỡng tâm chán ghét khổ đau, mong cầu giải thoát,

Và trân quý tri kiến về những gì trói buộc ta trong chuỗi luân hồi này.

Bậc Thầy tôn kính của ta đã làm như thế.

Và người cầu tìm giải thoát như ta cũng sẽ làm theo như thế.

Nếu chúng ta không hành xử thích đáng thì khi lìa bỏ cõi đời này, không có gì đảm bảo là ta sẽ không tái sinh làm một trong các loài chim, thú như vừa nói trên. Điều quan trọng là phải nhận hiểu rằng, chúng ta gánh chịu khổ đau vì ta đã làm hại các chúng sinh khác. Nguyên nhân của khổ đau là những hành vi xấu ác. Để có được hạnh phúc, ta phải từ bỏ những hành vi xấu ác và nhờ đó mà tự giải thoát khỏi khổ đau. Trong ba đối tượng quy y, điều thực sự bảo vệ, che chở cho chúng ta chính là Chánh Pháp. Chúng ta xem Phật là tôn quý, xem Tăng-già là tôn quý, chính vì Chánh Pháp rất quan trọng. Ta không tôn kính vì đức Phật là một đấng sáng thế. Ngài thành Phật nhờ sự tu tập các nhân để đạt đến quả Phật; đó chính là Đạo Đế và Diệt Đế.

Ở một mức độ, Chánh Pháp có thể là Ba tạng kinh điển: Kinh, Luật, Luận, nhưng Chánh Pháp rốt ráo chính là Diệt Đế, đạt được bằng cách dứt trừ mọi cảm xúc phiền não. Khi chúng ta đối trị và dứt trừ tận gốc rễ mọi cảm xúc phiền não, ta có thể đạt được một trạng thái hoàn toàn không còn phiền não. Ta gọi đó là sự tịch diệt, còn được gọi là Niết-bàn hay giải thoát. Khi nội tâm chúng ta đạt đến trạng thái này, ta sẽ được bảo hộ; ta sẽ được giải thoát khỏi khổ đau. Do đó, mục tiêu của chúng ta là phải thành tựu Đạo Đế và Diệt Đế.

Chúng ta có thể bắt đầu bằng cách tránh không phạm vào mười điều bất thiện. Trong Tạng ngữ, cảm xúc phiền não cũng có nghĩa như là khổ đau. Do đó, khi một người đang đau khổ, người Tây Tạng nói rằng người ấy đang phiền não, nghĩa là người ấy đang bất an hay đau buồn. Sự tham luyến, sân hận v.v... là những cảm xúc phiền não và chúng được gọi như vậy vì ngay khi chúng sinh khởi trong tâm thức, chúng ta lập tức cảm thấy không vui, đau buồn và sự bình an trong tâm hồn ta bị xáo trộn. Tôi nghĩ điều này hoàn toàn đúng thật. Ví dụ như lúc này đây, tất cả chúng ta đều ngồi nghe giảng Pháp một cách thoải mái với tâm hồn tĩnh lặng. Nhưng nếu chúng ta bất chợt nghe một tin chẳng lành nào đó thì tâm hồn ta sẽ bị xáo động ngay và ta sẽ đối diện với khổ đau. Tương tự, khi trong lòng ta có những ý niệm xấu ác, ta sẽ không thể nào ngủ an giấc. Ngay khi cảm xúc phiền não sinh khởi thì sự bình an và tĩnh lặng trong tâm hồn chúng ta bị khuấy động và điều này khiến ta phải tạm thời đau khổ.

Khi các cảm xúc phiền não khống chế chúng ta, ta mất đi sự tự chủ, vì hầu như ta sẽ bị xô đẩy vào các hành vi xấu ác. Do đó, các cảm xúc phiền não là nguyên nhân gây khổ đau cho ta. Đó là kẻ thù thực sự của ta. Chúng ta không muốn khổ đau. Chúng ta mong muốn hạnh phúc. Nhưng các cảm xúc phiền não này đẩy ta vào khổ đau. Dù vậy, bước khởi đầu sẽ khó khăn khi ta trực tiếp đối đầu với các cảm xúc phiền não mà không có sự chuẩn bị. Do đó, giai đoạn tu tập đầu tiên khi ta không có khả năng trực tiếp đối trị phiền não là, ít nhất cũng phải tránh không thực hiện các hành vi xấu ác. Tránh không thực hiện các hành vi xấu ác có nghĩa là không để cho các cảm xúc phiền não khống chế mình. Chẳng hạn, ta phải tự kiềm chế không ném đá vào ai đó chỉ vì tức giận. Tương tự, thỉnh thoảng quý vị có thể đi chợ và do sự tham luyến, mê muội nên trả tiền để người khác giết thịt một con gà cho mình ăn. Đây là điều ta nên tự chế không làm. Như vậy, giai đoạn tu tập đầu tiên, chủ yếu dành cho các hành giả sơ cơ, là phải tự chế và ngăn ngừa không để cho các cảm xúc phiền não khống chế mình.

Bước thứ hai, ta cần xác quyết rằng tất cả các cảm xúc phiền não đều sinh khởi từ vô minh, hay quan niệm sai lầm về bản ngã. Từ đó, ta cố gắng tạo ra sự đối trị để chống trả trực tiếp với vô minh và cảm xúc phiền não.

Trong giai đoạn tu tập thứ ba, do sự loại bỏ vô minh và quan niệm sai lầm về bản ngã vẫn là chưa đủ nên điều quan trọng là phải loại bỏ cả các chủng tử do chúng để lại trong tâm thức, bởi vì các chủng tử này là chướng ngại của sự giác ngộ vì lợi lạc cho tất cả chúng sinh.

Khi chúng ta giải thoát khỏi nguyên nhân căn bản của cảm xúc phiền não là vô minh, thì ta được giải thoát. Khi chúng ta loại bỏ được các chủng tử do vô minh và cảm xúc phiền não để lại trong tâm thức, thì ta đạt quả Phật. Do đó, bằng cách tạo ra sự đối trị, ta có thể tự cứu mình ra khỏi các mức độ sợ hãi khác nhau như trên. Để tìm ra con đường tu tập đúng đắn này, điều quan trọng là ta phải tìm được một bậc thầy thích hợp, như đức Phật. Tất cả sự thực hành Pháp của chúng ta đều phải bắt nguồn từ quan điểm duyên sinh. Và chính đức Phật Thích-ca Mâu-ni đã là bậc thầy có khả năng vô vấn tự thuyết về ý nghĩa của duyên sinh. Do đó, Ngài là một bậc thầy chân chính, và Tăng-già là thiện tri thức thường xuyên nhắc nhở việc tu tập tâm linh. Tăng-già giống như một người y tá, luôn ở bên cạnh giường bệnh nhân.

Đoạn văn tiếp theo giảng giải pháp tu cho những ai có khả năng cao hơn.

Tâm Bồ-đề vị tha là rường cột của Đại thừa.

Là nền tảng và căn bản của những thiện hạnh phi thường.

Như thuốc luyện đan biến hai kho chứa thành vàng ròng,

Tâm Bồ-đề là kho báu phước huệ hàm chứa mọi thiện hạnh.

Biết được điều này, các bậc Bồ Tát dũng mãnh

Luôn lấy tâm Bồ-đề quý báu tối thượng,

Làm pháp tu tinh yếu cho mình.

Bậc Thầy tôn kính của ta đã làm như thế.

Và người cầu tìm giải thoát như ta cũng sẽ làm theo như thế.

Trước hết, đoạn kệ này mô tả việc phát tâm Bồ-đề, vốn là một pháp tu tập không gì hơn được, là nguồn hạnh phúc cho chính ta và cho tất cả chúng sinh. Tác phẩm *"Nhập Trung đạo"* nói rằng, các vị Thanh văn và Độc giác Phật được sinh ra từ Phật, chư Phật được sinh ra từ chư Bồ Tát, và chư Bồ Tát được sinh ra từ lòng bi mẫn và tâm Bồ-đề.

Khi chúng ta nói về việc phát tâm Bồ-đề thì ý nghĩa chính xác trong Tạng ngữ là "rộng mở tâm thức'. Thông thường, khi chúng ta luôn nghĩ đến lợi lạc cho riêng mình thì tâm ta không mở rộng mà hẹp lại. Khi ta không còn nghĩ đến lợi lạc cho riêng mình, ta mới thấy được rằng lợi lạc của người khác cũng quan trọng. Và khi ta suy ngẫm về tính chất tương quan tương thuộc thì ta nhận thức được tầm quan trọng của việc các chúng sinh khác phải có được hạnh phúc, cũng như việc đó có quan hệ như thế nào đến hạnh phúc của chính ta. Do đó, khi chúng ta quan tâm đến hạnh phúc của người khác nhiều hơn là hạnh phúc của riêng mình thì ta gọi đó là "rộng mở tâm thức".

Bản chất đích thật của tâm Bồ-đề là, khi đã đi vào tu tập để tự giải thoát khỏi khổ đau cũng như đã nhận diện được bản chất của những cảm xúc phiền não, vốn là chướng ngại cho việc đạt đến Niết-bàn hay giải thoát, chúng ta sẽ hướng đến khả năng loại bỏ ngay cả những chủng tử do vô minh để lại trong tâm thức. Vô minh là giả tạm và vô thường nên có thể loại bỏ, và vì thế nên những chủng tử do nó để lại trong tâm thức cũng là giả tạm và có thể xóa bỏ hoàn toàn. Những chủng tử này ngăn trở sự thành tựu quả Phật.

Khi thành tựu quả vị Phật, chúng ta sẽ đạt được nhất thiết trí.[1] Trước lúc này, khả năng rõ biết mọi thứ của tâm quang minh bị những chủng tử của vô minh che lấp. Ngay khi loại bỏ được sự che chướng này, vốn là trở ngại của nhất thiết trí hay tuệ giác, chúng ta sẽ thành tựu Phật quả. Ở đạo vị này, ta có

---

[1] Nhất thiết trí (**sabbaṭṭutā**) hay toàn trí là trí huệ hiểu biết tất cả các pháp. Đó là trạng thái tối cao cùng một thời điểm có thể thấu suốt mọi việc, khả năng này chỉ có ở các bậc đã giác ngộ viên mãn.

thể rõ biết hết thảy mọi việc, nhất là những nhu cầu và khuynh hướng trong tâm ý của mọi chúng sinh khổ đau, và điều này giúp ta chỉ thực hiện những hành vi nào chắc chắn sẽ sẽ làm lợi lạc cho chúng sinh. Nếu không biết được những nhu cầu và khuynh hướng [tâm ý] của người khác, ta sẽ không thể giúp đỡ họ. Ngay cả khi chúng ta có một động cơ rất tốt, nhưng nếu chúng ta không biết người khác thật sự muốn gì thì chúng ta sẽ không thể giúp đỡ họ. Trừ phi ta có một tâm thức thấu hiểu rõ ràng nhu cầu của người khác, bằng không thì ta sẽ không thể giúp đỡ họ. Khi đã phát nguyện làm lợi lạc cho chúng sinh thì một tâm thức toàn tri là cực kỳ quan trọng.

Có hai mức độ phát tâm Bồ-đề. Một là tâm nguyện làm lợi lạc cho chúng sinh và hai là tâm nguyện thành tựu quả vị Phật. Tâm nguyện đáp ứng những mong cầu của chúng sinh là nhân đích thực để đưa đến [quả là] tâm giác ngộ và được hỗ trợ bởi ước nguyện thành tựu quả vị Phật. Chúng ta phải tu tập trên cả hai mức độ này, và điều đó tạo ra một tâm thức có đủ hai phương diện. Tâm Bồ-đề là một tâm thức diệu kỳ, tuyệt hảo và quý báu. Chỉ trong cõi đời này thôi, chưa cần nói đến việc phát triển được tâm Bồ-đề toàn diện, chỉ cần có chút lòng nhân từ rộng lượng, quý vị cũng sẽ có nhiều bạn bè hơn quanh mình. Một con chó ngoan hiền sẽ càng có nhiều hơn những người đến vuốt ve và cho ăn. Nhưng một con chó gặp ai cũng sủa và rượt đuổi thì sẽ không ai đến gần hoặc cho nó ăn cả.

Tương tự, nếu một thành viên trong gia đình có tâm ý điềm tĩnh thì gia đình ấy sẽ được êm ấm hơn. Ngược lại, nếu một thành viên trong gia đình luôn giận dữ và thiếu kiên nhẫn thì gia đình ấy sẽ hướng đến những bất ổn. Thông thường, khi một gia đình gặp quá nhiều thất bại, người ta hay nói đến những trở ngại từ nơi khác, nhưng tôi không nghĩ rằng điều này là đúng. Tôi nghĩ rằng, gia đình ấy có nhiều khả năng đang gặp vấn đề gì đó bất ổn ngay trong nội bộ, vốn do khuynh hướng tinh thần của các thành viên trong gia đình gây ra.

Nếu có ý thức tôn trọng, điềm tĩnh và kiên nhẫn, thì ngay cả khi tiếp xúc với một người xa lạ trên đường đi, quý vị cũng có thể dễ dàng kết bạn. Ngược lại, nếu quý vị luôn luôn duy trì sự ngờ vực, thì ngay cả khi ai đó đã chân thành nói ra sự thật, quý vị sẽ vẫn tiếp tục hoài nghi. Một người nào đó có thể chân thành muốn giúp đỡ, nhưng quý vị vẫn nghi ngờ và điều này sẽ dẫn đến rắc rối. Thực tế là không một việc làm nào là không phụ thuộc vào sự giúp đỡ và lòng tốt của người khác. Nếu chúng ta luôn xem mọi người hay những chúng sinh khác đều như kẻ thù, nếu chúng ta luôn nghi ngờ họ, thì làm sao chúng ta có thể mong đợi việc tìm thấy hạnh phúc lâu bền? Theo bản chất tự nhiên, con người chúng ta có khuynh hướng sống hợp quần xã hội, khác với các loài thú hoang chỉ sống cô độc, trừ ra vào mùa giao phối. Dù thích hay không thích thì thực tế là chúng ta không thể sống được mà không phụ thuộc vào người khác. Do đó, sẽ không hợp lẽ nếu ta chỉ nghĩ đến riêng bản thân mình và phớt lờ đi hạnh phúc của người khác. Điều cực kỳ quan trọng là phải giảm thiểu khuynh hướng vị kỷ và nuôi dưỡng một tâm thức biết quan tâm đến lợi lạc của người khác. Trạng thái rốt ráo của tâm thức vị tha đó chính là sự phát tâm Bồ-đề.

Một khi chúng ta có được một tâm Bồ-đề như vậy và phát nguyện duy trì trong nhiều kiếp tương lai, đó là ta đã soi sáng vào cội nguồn đích thực của hạnh phúc. Thực hành phát tâm Bồ-đề được xem là cốt lõi của tu tập Đại thừa. Nếu chúng ta có được một phần cốt lõi như thế, thì tất cả các pháp tu tập khác đều sẽ là lợi lạc và hữu ích. Tâm Bồ-đề giống như một liều thuốc luyện đan có thể biến mọi thứ thành vàng. Bất kỳ chúng ta phát triển những hành vi gì và hành xử như thế nào, cũng đều phải dựa trên nền tảng tâm Bồ-đề này. Tâm Bồ-đề là một kho báu chứa tất cả các phẩm tính tuyệt hảo. Khi chúng ta nguyện phát tâm Bồ-đề để thành tựu quả Phật, thì bất kỳ việc gì ta làm, dù khi tỉnh thức hay trong giấc ngủ, ta sẽ luôn tích tập được các thiện hạnh. Do đã sẵn có quyết tâm thành tựu quả Phật vì lợi lạc cho tất cả chúng sinh, nên ngay cả khi ta có rơi vào cơn say đi nữa thì các thiện hạnh của ta vẫn tiếp tục phát triển hay nảy nở. Do ảnh hưởng của tâm Bồ-đề, dù một bước đi hay một miếng ăn cũng đều sẽ trở thành một thiện nghiệp. Ngay cả việc thở ra, hít vào của quý vị cũng sẽ làm lợi lạc cho chúng sinh.

Do đó, ngay cả những hành vi mà thông thường được xem là xấu ác cũng có thể trở thành hiền thiện, lợi lạc nếu chúng có động cơ phát sinh từ tâm Bồ-đề. Đó là lý do vì sao các vị đại Bồ Tát chủ yếu nuôi dưỡng tâm thức tối thượng và quý báu này. Đó là sự tu tập chính yếu của các ngài, trong khi chúng ta thì thông thường lại lấy việc tụng chú làm chính yếu. Thế nên từ nay về sau ta phải nhận thức rằng, tu tập phát tâm Bồ-đề là sự tu tập tối quan trọng, và việc tụng chú, quán tưởng bổn tôn thiên thủ v.v... chỉ là tu tập thứ yếu. Trừ phi việc quán tưởng bổn tôn của chúng ta được dựa trên nền tảng tu tập phát tâm Bồ-đề, bằng không thì sự tu tập quán tưởng ấy sẽ không có hiệu quả. Con đường duy nhất để giải thoát được cho là phải sinh khởi tuệ giác chứng ngộ tính Không. Cũng vậy, để thành tựu quả Phật thì không có con đường nào khác hơn là phải phát tâm Bồ-đề.

Nếu chúng ta nỗ lực để trở nên khôn khéo và phớt lờ lợi ích của người khác, cố gắng thu vén lợi lộc tối đa về cho riêng mình thì kết quả không chỉ rốt cùng sẽ là không tốt, mà ngay cả trước mắt cũng vậy. Với cách cư xử như thế, ta sẽ không có người bạn nào có thể tin cậy được. Đây là điều mà chúng ta trải nghiệm trong cuộc sống hằng ngày. Phương cách đích thực để có được lợi thế hay lợi ích là sử dụng sự khôn ngoan của ta. Điều quan trọng là ta phải sử dụng theo cách sao cho có thể gặt hái được tối đa lợi ích và hạnh phúc, trước mắt cũng như lâu dài. Để đảm bảo hạnh phúc lâu dài, chúng ta có thể phải tạm thời trải qua đôi chút gian khổ. Là con người, chúng ta phải sử dụng trí khôn của mình một cách đúng đắn, sao cho có thể tạo được hạnh phúc trong tâm ta cũng như cho tất cả chúng sinh. Vì chúng ta đã có được thân người hiếm quý này, nên nếu có thể thì ta phải cố gắng theo đuổi những con đường nào mang lại lợi ích rốt ráo cho chính ta và mọi người khác. Ít nhất ta cũng phải tránh những hành vi nào làm hạn chế hạnh phúc của người khác.

Sau khi phát khởi nguyện lực tinh tấn dũng mãnh hướng đến quả vị Phật vì lợi lạc cho tất cả chúng sinh, chúng ta phải thực sự thực hành Bồ Tát hạnh. Mục đích thực sự của vị Bồ Tát trong việc thành tựu Phật quả là để mang lại lợi lạc cho tất cả chúng sinh. Do đó, việc thực hành [Bồ Tát hạnh] bao gồm bốn phương pháp nhiếp phục đệ tử (Tứ nhiếp pháp) và sáu pháp ba-la-mật (Lục độ). Tất cả nội dung tu tập của vị Bồ Tát có thể được bao gồm trong sáu pháp Ba-la-mật này.

Về pháp thứ nhất là bố thí, chánh văn dạy rằng:

Hạnh bố thí là viên ngọc như ý

Thỏa bao ước nguyện của chúng sinh

Là phương tiện tốt nhất đối trị xan tham

Pháp hành của Bồ Tát làm sinh khởi sự dũng mãnh phi thường

Tiếng lành thơm ngát lan tỏa khắp mười phương

Biết được như thế, bậc trí giả nương theo con đường tốt đẹp,

Bố thí trọn vẹn cả thân mạng, tài sản và công đức.

Bậc Thầy tôn kính của ta đã làm như thế.

Và người cầu tìm giải thoát như ta cũng sẽ làm theo như thế.

Khi chúng ta thực sự thực hành hạnh bố thí, ta nên bắt đầu với những món quà dễ dàng trao tặng đối với ta, sau đó sẽ dần dần phát triển sâu rộng hơn. Đây là một pháp tu tập và nhận hiểu lớn lao qua đó chúng ta cuối cùng sẽ có khả năng bố thí thân mạng, tài sản và các công hạnh của chúng ta. Mục đích chính của sự tu tập hạnh bố thí là làm lợi lạc cho chúng sinh chứ không phải để làm tăng thêm danh tiếng của mình hay để giúp ta tích lũy công đức. Sự tu tập bố thí là để làm giảm bớt đi những khổ đau của chúng sinh. Do đó, chúng ta phải biết cách bố thí như thế nào và vào lúc nào... là thích hợp. Như thuốc men chẳng hạn, vốn có thể là hữu ích, nhưng nếu được trao cho không đúng lúc, hay không đúng người, thì có thể có hại.

Nói chung có ba loại bố thí, trong đó pháp thí là một loại. Việc giúp đỡ về vật chất cho người (hành khất...) và vật (chim muông, chó đói...) v.v... là một loại khác. Về pháp thí, không nhất thiết phải là một vị lạt-ma hay ngự trên tòa cao để giảng pháp. Khi chúng ta giúp ai đó một lời khuyên tốt, khuyến khích người ấy từ bỏ một thói quen xấu, thì thực ra đó chính là pháp thí. Tuy nhiên, từ quan điểm tâm linh cũng như quan điểm thông thường mà nói thì việc giảng dạy cho người khác vẫn là một thực hành tuyệt diệu. Việc giảng dạy vừa giúp người nghe phát triển trí tuệ, vừa giúp chính bản thân ta cũng tăng thêm hiểu biết. Vai trò của người thầy là một cơ hội lớn để phụng sự các học trò. Nếu người thầy có tâm chân thành và giảng dạy với một động cơ đúng đắn, thì sự dạy dỗ của người ấy sẽ lưu lại dài lâu trong tâm trí của học trò.

Cũng vậy, người bác sĩ kê toa đúng thuốc cho bệnh nhân là đã thi hành chức nghiệp một cách rất tốt rồi. Nhưng nếu vị bác sĩ ấy làm việc với một động cơ chân thành muốn làm lợi lạc cho bệnh nhân, thì dù toa thuốc có chữa khỏi được bệnh hay không, bệnh nhân vẫn cảm thấy hạnh phúc vì có thể tin tưởng vào bác sĩ. Từ sự quan tâm của bác sĩ, bệnh nhân cảm thấy được động viên và an toàn. Cảm giác hy vọng đó thực sự góp phần rút ngắn thời gian điều trị. Do đó, những công việc chuyên nghiệp như chữa bệnh và dạy học, miễn là được thực hành với một động cơ tốt đẹp, đều là những cơ hội tuyệt vời để người ta tu tập Giáo pháp thông qua công việc của họ.

Nếu chúng ta so sánh các tăng ni Phật giáo với các tu sĩ Thiên chúa giáo, tôi thấy rằng chúng ta kém xa họ về các hoạt động xã hội. Có những tu sĩ Thiên chúa giáo chân thành theo đuổi mục tiêu chính là làm theo lời dạy của Chúa. Nhưng đồng thời họ cũng nhiệt thành tham gia các hoạt động xã hội, và điều này gián tiếp giúp họ phát triển dòng tu của mình. Với suy nghĩ đó, tôi thường nói với chư tăng ni rằng họ cũng có thể đóng một vai trò lớn lao trong việc phụng sự xã hội như là những thầy giáo hay bác sĩ v.v... Điều này cũng trực tiếp góp phần vào việc phát triển Phật pháp.

Trong số hàng ngàn tăng ni [Tây Tạng] sống lưu vong ở đây, quả thật có một số ít các vị sống ẩn cư và tu tập rất tuyệt vời. Bằng cách đó, họ có thể phát triển những phẩm chất tâm linh đích thực và tự thân có sự chứng đắc. Họ là những tấm gương về các hành giả tu tập tốt, nhưng việc những người xuất gia cần phải sáng tạo hơn và hữu ích hơn cho xã hội cũng là điều quan trọng. Ngay cả khi quý tăng ni đang sống trong các tự viện, chư vị vẫn có thể thành lập các bệnh viện hay trường học ở đó. Ngày nay, ở những nước như Nhật Bản chẳng hạn, có nhiều trường học đã được các tu viện đứng ra thành lập.

Thuyết giảng giáo pháp hay phụng sự giáo dục, hoặc làm y tá chăm sóc người bệnh, đều là những thực hành hạnh bố thí đích thực và rất quan trọng. Chúng ta cũng có thể thực hành hạnh bố thí thông qua sự quán tưởng và cầu nguyện: *"Nguyện cho con có đủ khả năng thực hành theo giống như các vị Đại Bồ Tát đã làm."*

Pháp tu tiếp theo trong sáu pháp Ba-la-mật là hạnh giữ giới. Chánh văn dạy rằng:

Giới hạnh là dòng nước rửa sạch vết nhơ ác nghiệp.

Là ánh trăng dịu mát làm tan đi sự nóng bức khổ sở của phiền não.

Sừng sững như núi Tu-di giữa chúng sinh trong chín cõi.

Uy lực của giới hạnh điều phục mọi chúng sinh, chẳng cần đe dọa.

Biết được như vậy, bậc thánh nhân nghiêm cẩn giữ gìn,

Những giới luật đã phát tâm thọ trì, như giữ gìn đôi mắt.

Bậc Thầy tôn kính của ta đã làm như thế.

Và người cầu tìm giải thoát như ta cũng sẽ làm theo như thế.

Phương thức tự chế để không phạm vào các hành vi sai lầm hay bất thiện không phải là chỉ biết cầu nguyện để những sai trái như thế không đến với ta. Trước hết, chúng ta phải hiểu được những hành vi nào là xấu ác, vì sự thiếu hiểu biết là một trong những con đường dẫn đến sự sai lầm. Nếu chúng ta không biết được điều gì là sai trái thì ngay cả khi ta đang khổ sở vì chúng, ta cũng sẽ không nhận biết được là chúng đang hiện diện. Đôi khi, mặc dù chúng ta biết được bản chất của sai trái và xem trọng sự tu tập, nhưng ta vẫn phạm vào các hành vi xấu ác do sự chi phối mạnh mẽ của các cảm xúc phiền não. Trước hết ta phải thanh lọc các phiền não thô trược, và sau đó là những phiền não vi tế hơn.

Một con đường khác dẫn đến sai trái là sự thiếu cẩn trọng. Mặc dù chúng ta có thể không khởi tâm sân hận và tham luyến ngay từ đầu, nhưng sự thiếu cẩn trọng có thể gây ra điều này. Chẳng hạn, ta xem truyền hình hay các bộ phim có những cảnh khơi dậy sự tham luyến và sân hận. Một mặt thì truyền hình rất hữu ích vì nó cho ta biết những gì đang xảy ra trên thế giới rộng lớn. Nó mở rộng tầm nhìn của ta, nhưng nó cũng tạo cơ hội cho sự bất thiện phát triển. Xem quá nhiều cảnh đánh nhau có thể khiến ta bắt chước theo đó trong cách ứng xử. Những thứ đó có thể làm xáo trộn tâm an tĩnh của ta. Do đó, điều quan trọng là trong cuộc sống hằng ngày ta phải luôn cảnh giác và tỉnh thức. Chúng ta phải nghĩ rằng: *"Tôi là một Phật tử, tôi là người tu tập tâm linh, tôi là đệ tử của đức Phật."* Chúng ta phải thường xuyên tự nhắc nhở mình về điều này.

Nếu quý vị có cơ hội đi săn thú hay bắn chim, thì lúc đó quý vị phải nhớ rằng việc tham gia một hành vi như thế là không thích hợp với một đệ tử của đức Phật Thích-ca Mâu-ni. Mấy năm trước, tôi gặp một tu sĩ rất tốt. Ông ta kể cho tôi nghe rằng, khi đến Lhasa ông ta đã trông thấy một người Trung Quốc bán một loại rắn đã bị giết chết một cách dã man. Khi bắt được một con rắn loại này, họ sẽ ghim con vật vào một cái bảng gỗ bằng một cây đinh xuyên qua chỗ đôi mắt nó. Ông ta khiếp sợ bởi cảnh tượng đó đến nỗi khẩn cầu tôi hãy cầu nguyện cho những sinh linh đau khổ ấy.

Từ thời cổ, người Tây Tạng chúng tôi đã phải phụ thuộc vào việc ăn thịt [để sống], nhưng chúng tôi không có thói quen xấu là ăn các loài bò sát hay côn trùng nhỏ bé. Chúng tôi cũng không có các trại gà nuôi giam, nơi hàng ngàn con gà bị giết. Mặc dù người Tây Tạng ăn thịt, nhưng chúng tôi luôn đặt ra những giới hạn nhất định. Giờ thì có nguy cơ rất lớn là người Tây Tạng sẽ nhiễm các thói xấu... Do đó, khi quý vị rơi vào hoàn cảnh sắp sửa ra tay cướp đi mạng sống của một con vật thì hãy tự nhắc nhở ngay rằng mình là một đệ tử của đức Phật. Nếu quý vị là người xuất gia thì hãy suy nghĩ rằng, mình đang mặc pháp phục, dấu hiệu của một đệ tử xuất gia theo đức Phật, nên đừng hành xử theo cách làm cho các vị xuất gia khác phải hổ thẹn.

Trong một chừng mực nào đó, quả đúng là trong thời cổ có các tu viện khác nhau thường phối hợp quyền lực của họ để chiếm lấy những vật dụng nào đó của người khác; điều này có nghĩa là họ sống dựa vào tà mạng. Phật pháp đã có lúc suy đồi và nếu chúng ta phân tích sâu xa nguyên nhân của sự suy đồi này, ta sẽ thấy đúng như những gì ngài Vô Trước đã viết trong *Ba mươi bảy pháp hành Bồ Tát đạo*: *"Cho dù mang hình tướng của một người thực hành tâm linh, người ta vẫn có thể rơi vào các thực hành phi tâm linh."* Trong những giai đoạn đó, chúng ta đã có một kiểu nhìn nhận hoàn toàn trong sạch, nhưng không phải vì chúng ta quả thật trong sạch, mà chỉ vì ta thiếu kiến thức về phần còn lại của thế giới. Chúng ta quá xem mọi thứ ta có là điều tất nhiên. Hậu quả là một số hoạt động, như bóc lột chẳng hạn, đã phát sinh.

Chúng ta cũng phải lưu tâm đến thực phẩm của mình. Là những sa-di, sa-di ni cũng như tăng ni đã thọ Cụ túc giới, chúng ta phải lưu tâm đến việc thọ thực sau buổi trưa. Nói chung thì chúng ta không được thọ thực sau buổi trưa, nhưng có thể được phép trong trường hợp chế độ dinh dưỡng không đủ. Chúng ta cũng có thể nói rằng ta không được khỏe và dùng thêm thực phẩm sau bữa trưa. Cứ cho rằng điều này là đúng, nhưng ngay cả như thế thì ta cũng phải cẩn thận và thực hành tu tập hết sức mình. Về vấn đề ăn thịt, chúng ta cũng phải cẩn thận. Trong các bản văn về giới luật tu viện, việc ăn thịt không hề bị cấm hoàn toàn, và đó là lý do ở các quốc gia như Tích Lan và Thái Lan người ta vẫn không ngần ngại khi ăn thịt. Họ dùng bất kỳ món ăn nào được cúng dường. Nhưng một hành giả tu tập theo Đại thừa phải lưu tâm không ăn quá nhiều thịt, vì ta thấy trong nhiều kinh điển Đại thừa cấm hẳn việc ăn thịt. Một số bản văn cho rằng món thịt mà chúng ta ăn đã chẳng còn sự sống, và do đó [việc ăn thịt ấy] không có hại gì. Cũng có một số ngoại lệ đối với những người bị đau gan chẳng hạn: họ ăn thịt vì lý do sức khỏe. Nhưng nói chung thì chúng ta phải kiềm chế không ăn quá nhiều thịt, nhất là ở các địa phương nhỏ như Dharamsala.

Trong mọi hoạt động hằng ngày, dù đi lại, ngủ nghỉ hay đang làm bất cứ việc gì, những ai trong chúng ta là tăng ni phải luôn tự nhắc nhở rằng mình là người xuất gia. Nếu bị khống chế bởi các cảm xúc phiền não, quý vị không thể cứ để yên như vậy mà cần phải thú nhận lỗi lầm ấy. Chúng ta cần phải dựa vào tâm chánh trực và chánh niệm để chấm dứt những lỗi lầm của tâm ý cũng như trong hành vi. Chúng ta phải dùng sự tỉnh giác để phân biệt xem một hành động nào đó có đáng thực hiện không, và [nếu có thì] phải thực hiện trong chánh niệm...

Tâm chánh trực và chánh niệm ngăn chặn sự phóng tâm xao lãng. Khi chúng ta tăng cường sức mạnh của chánh niệm và tâm chánh trực thì những xao lãng vi tế trong tâm thức bị ngăn chặn. Nếu quý vị chưa từng thực hành tâm chánh trực và chánh niệm thì sự khởi đầu sẽ vô cùng khó khăn, nhưng qua sự tu tập dần dần, quý vị sẽ có thể làm khởi sinh sức mạnh và củng cố những phẩm tính này. Dựa trên nền tảng là giới hạnh, chúng ta tu tập thiền định và chú tâm. Qua đó, ít nhất chúng ta cũng sẽ đạt được một sự nhất tâm mạnh mẽ và sau đó ta sẽ có thể phát triển một sự tỉnh giác phân biệt rất mãnh liệt. Khi chúng ta đã có chánh niệm và một tâm chánh trực trong sáng thì chúng ta cũng sẽ gặt hái những kết quả tốt đẹp tương tự khi thực hành pháp du-già bổn tôn. Nếu không được như thế thì sự thực hành của chúng ta chỉ là sự quán tưởng thô kệch, chẳng có hiệu quả.

Giới luật vô cùng quan trọng. Có những giới luật nhằm ngăn chặn những hành vi sai trái (chỉ ác), có những giới luật để tích tập thiện hạnh (tu thiện) và giúp đỡ người khác, vốn là một trong những mục đích quan trọng nhất của giới luật. Trừ phi chúng ta tự mình vâng giữ giới luật, bằng không thì ta sẽ không thể giúp đỡ người khác. Giúp đỡ người khác mang nhiều ý nghĩa hơn là chỉ đơn thuần nghiên cứu khía cạnh học thuật của Kinh điển. Do đó, để vâng giữ giới luật vì lợi ích của chúng sinh, trước hết chúng ta phải vâng giữ những giới luật tích tập thiện hạnh; và trước đó nữa ta nhất thiết phải vâng giữ những giới luật tránh không làm các hành vi xấu ác. Chúng ta phải thực hành tu tập theo bốn điều xả bỏ hoàn toàn.[1]

Những giới luật phòng tránh các hành vi xấu ác (chỉ ác) cũng giống như nước rửa sạch dòng tâm thức, rửa sạch thân, khẩu, ý của chúng ta. Nó cũng giống như ánh trăng xua đi sức nóng của sự đau khổ. Khi chúng ta liên tục kềm chế các cảm xúc phiền não thì tác dụng của chúng sẽ giảm dần. Người nào quay lưng đi với những hành vi xấu ác, chế ngự tâm bất thiện và thành tâm giữ theo giới luật được ví như núi Tu-di đứng cao hơn tất cả những người khác. Điều này được giải thích trong một bản văn nói rằng, vị tỳ-kheo nào giữ giới luật nghiêm nhặt sẽ sáng chói hơn người khác. Người này chẳng cần thi triển sức lực mà mọi loài vẫn cúi chào. Biết như vậy, chúng ta phải bảo vệ và giữ gìn giới luật, cho dù đó là các giới biệt giải thoát (Ba-la-đề-mộc-xoa), giới Bồ Tát hay

---

[1] Bốn điều xả bỏ hoàn toàn theo Phật giáo Tây Tạng bao gồm: 1. Buông xả mọi phiền não hiện có; 2. Buông xả mọi nguyên nhân gây phiền não trong tương lai; 3. Tu tập để tăng thêm các phẩm tính thanh tịnh như từ bi, hỷ xả...; 4. Tu tập để có thêm những phẩm tính thanh tịnh mà hiện nay chưa có.

giới của Mật thừa. Chúng ta phải giữ gìn giới luật như giữ gìn đôi mắt của chính mình.

Kế tiếp là hạnh nhẫn nhục, vốn là pháp tu đặc biệt quan trọng đối với các vị Bồ Tát.

Nhẫn nhục là món trang sức tuyệt vời của bậc dũng mãnh,
Và là pháp khổ tu tốt nhất để đối trị phiền não.
Là Kim sí điểu vương, kẻ thù của rắn độc sân hận,
Và là tấm khiên chắc chắn chống đỡ lời công kích thô bạo.
Biết được như vậy, trong mọi hành vi ứng xử
Đều quen khoác vào áo giáp nhẫn nhục kiên cố.
Bậc Thầy tôn kính của ta đã làm như thế.
Và người cầu tìm giải thoát như ta cũng sẽ làm theo như thế.

Giáo pháp của đức Phật Thích-ca Mâu-ni được dựa trên nền tảng, hay bắt nguồn từ lòng bi mẫn, mà ngược lại với nó là tâm sân hận, thù hằn. Nhẫn nhục là biện pháp trực tiếp đối trị sự thù hằn, sân hận. Do đó, thực hành nhẫn nhục vô cùng quan trọng. Có nhiều hình thức nhẫn nhục: chịu đựng sự tổn hại, chấp nhận khổ đau một cách nhẫn nại và kiên trì xác tín trong sự cung kính đối với các Pháp môn tu tập.[1]

---

[1] Kinh Giải thâm mật quyển 4 giải thích về nhẫn nhục bao gồm 3 ý nghĩa gần như tương ứng với sự giảng giải ở đây. Một là nại oán hại nhẫn, nghĩa là nhận chịu những điều tổn

Một trong những chướng ngại lớn nhất khi thực hành nhẫn nhục là khi có ai đó gây tổn hại cho ta. Nếu ta đủ khả năng chế ngự được sự thôi thúc trả thù [kẻ gây hại] thì điều đó cũng giống như dẹp bỏ được một tảng đá lớn cản đường [đi tới] và sự tu tập nhẫn nhục của ta sẽ thành tựu. Tác phẩm "Nhập Bồ Tát hạnh" giải thích chi tiết cách phát khởi lòng nhẫn nhục và cách dùng các biện pháp đối trị. Qua sự tu tập nhẫn nhục như thế, chúng ta cũng chuẩn bị cho sự tu tập thành tựu về thiền định. Tương tự, khi nói về sự thành tựu trong thực hành tâm linh, đó là chúng ta đang nói về cách đối phó với những cảm xúc phiền não. Chúng ta đang chiến đấu chống lại các cảm xúc phiền não. Trong cuộc chiến đấu chống phiền não, chắc chắn ta sẽ đối đầu với những khó khăn và trắc trở. Những cảm xúc phiền não, đối thủ của chúng ta, nếu không mạnh mẽ hơn ta thì ít nhất cũng phải là ngang sức.

Tuệ giác phân biệt đúng sai chính là lực lượng chiến đấu chống lại các cảm xúc phiền não. Vì phiền não quá mạnh mẽ nên trong quá trình chiến đấu chống lại chúng, ta có thể phải mệt mỏi cả về thể chất lẫn tinh thần. Tinh thần chiến đấu cũng có nguy cơ bị đánh mất hoàn toàn, nên điều cực kỳ quan trọng là ta phải thực hành nhẫn nhục, tự nguyện chấp nhận khổ đau. Hãy lấy sự huấn luyện quân sự làm

---

hại do người khác gây ra cho mình. Hai là an thọ khổ nhẫn, nghĩa là có thể an nhiên chấp nhận mọi sự đau đớn, khổ não. Và ba là đế sát pháp nhẫn, nghĩa là có thể quan sát, nhận biết đúng bản chất của mọi sự việc để an nhiên chấp nhận.

ví dụ. Binh lính phải tập luyện rất nhiều trong thời bình, sẵn sàng chấp nhận gian khổ để có thể chuẩn bị sẵn sàng khi cần phải chiến đấu. Do đó, càng thực hành nhẫn nhục, chúng ta càng thuận lợi hơn khi tu tập tâm linh, vì gian khó không làm ta sờn lòng.

Tâm xao động nuôi dưỡng sân hận. Tôi cho đây là một điểm mấu chốt. Hãy nhìn chính sách của các nước khác nhau trên thế giới. Có rất nhiều chính sách khác nhau, bởi vì bằng cách tập hợp một số nhân duyên nhất định, chúng ta sẽ trải nghiệm những kết quả nhất định. Trong số các nguyên nhân lại bao gồm 2 loại: nguyên nhân trực tiếp và nguyên nhân gián tiếp, hay nguyên nhân xa.[1] Bất ổn của chúng ta nằm ở chỗ là ta chỉ nghĩ đến nguyên nhân trực tiếp mà thậm chí không hề nghĩ đến nguyên nhân xa hơn. Vì vậy, khi nguyên nhân trực tiếp phát huy tác dụng thì hầu như ta không còn có thể làm được gì [để thay đổi kết quả]. Cuộc chiến ở nước Nam Tư cũ là một ví dụ. Các vấn đề bất ổn đã phát sinh vì những nguyên nhân xa của xung đột bị bỏ qua. Nếu những biện pháp đúng đắn được thực hiện vào thời điểm của các nguyên nhân xa hơn thì những bất ổn trong hiện tại hẳn đã có thể được ngăn chặn.

---

[1] Theo Đại Trí Độ luận, quyển 96, thì có 2 loại nguyên nhân là cận nhân (nguyên nhân gần) và viễn nhân (nguyên nhân xa). Luận này giải thích: "Cận nhân: Nhân gần, nghĩa là nhân trực tiếp dẫn sinh ra quả, như phàm phu tu hạnh bố thí thì đời sau đó sẽ được quả báo tốt đẹp. 2. Viễn nhân: Nhân xa, nghĩa là nhân gián tiếp dẫn sinh ra quả, như tu thiền định của thế gian sẽ gián tiếp đưa đến quả báo sinh ra ở các tầng trời thuộc cõi Sắc."

Một khi sự việc đã đi vào giai đoạn cuối thì rất khó để kiểm soát.

Những điều mà ngài Tịch Thiên đã dạy trong tác phẩm "Nhập Bồ Tát hạnh" là hoàn toàn chính xác. Tâm xao động nuôi dưỡng sân hận. Chẳng hạn, hãy tưởng tượng rằng tâm thức ta thấy bực dọc khi vừa thức dậy vào một buổi sáng nào đó. Vì lý do đó, ta cảm thấy không muốn trò chuyện với bạn bè, với người thân, và chúng ta dễ dàng trở nên bực tức rồi nóng giận. Trong những hoàn cảnh như thế, chỉ cần một chuyện nhỏ nhặt nhất cũng có thể khích động ta và làm ta nổi giận. Ngược lại, nếu ta bắt đầu ngày mới với một tâm thức điềm nhiên tĩnh lặng, không xao động, thì cho dù ta có phải đối mặt với một hoàn cảnh khó khăn, ta cũng sẽ không nổi giận. Do đó, điều quan trọng là phải chuyển hóa tâm thức, hay rèn luyện tâm theo cách sao cho tâm không bị xao động. Để thực hành hạnh nhẫn nhục một cách thành công, chúng ta cần phải quán chiếu về những tai hại của các cảm xúc xáo trộn và ưu điểm của sự nhẫn nhục.

Hạnh nhẫn nhục là món trang sức tối thượng của bậc dũng mãnh. Nếu thành tựu hạnh nhẫn nhục, thì cho dù có ai đó kết tội hay phỉ báng ta, ta vẫn sẽ mỉm cười. Nếu không có hạnh nhẫn nhục và bị cơn giận khống chế, thì cho dù diện mạo bình thường của ta vẫn xinh đẹp, ta cũng sẽ ngay lập tức trở nên xấu xí. Nhẫn nhục là một món trang sức đẹp đẽ cho tất cả mọi người, dù là già hay trẻ, dù là người cư sĩ hay bậc xuất gia. Tâm thức trong sáng và một khuôn mặt tươi cười chính là món trang sức đẹp đẽ nhất, và sự khó nhọc để duy trì hạnh nhẫn nhục là sự khó nhọc có giá trị nhất trong hết thảy mọi sự khó nhọc.

Một trong những thói xấu tôi nhìn thấy ở người Tây Tạng là chúng ta luôn có khuynh hướng an phận trừ phi rơi vào khủng hoảng. Ngày nay, khi Tây Tạng được nới lỏng đôi chút sự hạn chế tu tập tín ngưỡng và cơm ăn áo mặc được cải thiện phần nào, chúng ta đã lập tức rơi vào khuynh hướng an phận. Lẽ ra ta cần nhận rõ rằng, Tây Tạng vẫn đang bị thống trị bởi cũng chính những người Trung Quốc đó, những người đã mang lại quá nhiều áp bức và khổ đau cho chúng ta. Với những người Tây Tạng đang lưu vong ở đây cũng vậy. Trong thời gian đầu, khi gặp phải những bất ổn ghê gớm, tất cả chúng ta đã làm việc hết sức tận tụy và nỗ lực chăm chỉ. Ngày nay, khi tình trạng vừa được cải thiện đôi chút, chúng ta liền rơi vào khuynh hướng an phận, không còn tự thôi thúc mình phải nỗ lực hơn nữa để đạt đến mục tiêu cuối cùng. Tất nhiên, phải thừa nhận là người Tây Tạng có khả năng độc đáo trong việc ứng phó với khủng hoảng, nhưng điểm yếu của ta là buông xuôi an phận ngay khi sự khủng hoảng vừa qua đi.

Ở Tây Tạng ngày nay, người dân khi có được tiền bạc liền tiêu pha hết sạch. Họ đưa tiền vào tay người Trung Quốc qua việc đi ăn nhà hàng Trung Quốc, hoặc may quần áo ở hiệu may Trung Quốc thay vì của người Tây Tạng. Điều này là do thiếu sự cảnh giác. Theo tôi, chúng ta nên học theo loài bò yak hay nai rừng. Một khi đã bắt đầu húc nhau, chúng sẽ tiếp tục mãi cho đến khi một trong hai con đã hoàn toàn chịu thua. Chúng ta lẽ ra nên làm giống như vậy, phải tiếp tục tranh đấu cho đến khi ta giành được quyền kiểm soát [đất nước]. Đây phải là quan điểm chung của người Tây Tạng chúng ta, cho dù là người trong nước hay đang phải sống lưu vong nơi đây.

Tiếp theo là sự tu tập hạnh tinh tấn, chánh văn dạy rằng:

Với giáp trụ kiên trì tinh tấn,

Thông hiểu kinh văn, trí huệ tăng trưởng như vầng trăng tròn dần,

Tất cả hành vi đều trở nên có ý nghĩa,

Bất kỳ mọi sở hành thảy đều thành tựu.

Biết được điều này, chư Bồ Tát dấn thân tinh tấn

Nỗ lực dũng mãnh, phá trừ mọi phóng dật, lười nhác.

Bậc Thầy tôn kính của ta đã làm như thế.

Và người cầu tìm giải thoát như ta cũng sẽ làm theo như thế.

Ở đây, chúng ta đang nói về việc tinh tấn vươn lên các thiện hạnh. Thực ra thì trong Tạng ngữ, chữ *"tinh tấn"* có hàm nghĩa rõ ràng là *"ưa thích các thiện hạnh"*. Khi chúng ta mặc vào áo giáp chánh tinh tấn thì các phẩm tính tinh thần [tốt đẹp] sẽ tăng trưởng như vầng trăng đang tròn dần. Các em học sinh có câu châm ngôn rằng, nếu mỗi ngày học thuộc một chữ, thì sau 100 ngày ta sẽ thuộc được 100 chữ. Đây là phương cách để tăng trưởng thiện hạnh. Việc tu tập như vậy cực kỳ quan trọng.

Cho dù quan tâm đến việc phát triển các chứng ngộ nội tâm hay nghiên cứu ý nghĩa kinh điển, chúng ta cũng đều phải nỗ lực như dòng chảy ổn định của một con sông. Nhiều người trong chúng ta, kể cả tôi, thường nỗ lực rất mạnh mẽ trong một thời gian ngắn rồi sau đó lại buông lơi. Những cố gắng của chúng ta thường không kiên trì bền bỉ như con rận [hút máu], mà chỉ thoạt có thoạt không, bất chợt như con bọ chét [cắn người]. Đại sư Gungthangpa rất đúng khi nói rằng, trong một vài hôm thôi thì chúng ta nỗ lực rất dữ dội, thậm chí quên cả ăn uống. Ngay khi bắt đầu tu học, chúng ta muốn trở thành một đại học giả, nhưng chỉ sau vài ngày ta đã bị cuốn trôi đi bởi sự phân tâm. Những người như thế chẳng có phẩm tính tốt đẹp gì cả. Do đó, chúng ta nhất thiết phải nỗ lực như một dòng nước chảy ổn định. Được như vậy thì tất cả các thiện hạnh của chúng ta sẽ nhân lên bội phần và phát triển, rồi bất kỳ hành vi nào của ta đều sẽ có ý nghĩa phù hợp với việc sự tu tập tâm linh. Dù khởi đầu bất kỳ công việc gì, rồi chúng ta cũng sẽ có khả năng hoàn thành tốt đẹp. Nhận thức được điều này, chư vị Đại Bồ Tát đã vô cùng nỗ lực dũng mãnh để vượt qua sự phóng dật, lười nhác.

Kế tiếp là pháp tu thiền định, giống như một vị vua kiểm soát tâm thức.

Sự an định chính là vị vua kiểm soát tâm thức

Một khi định tâm, sẽ duy trì bất động như núi chúa,

Một khi hướng tâm, sẽ phát huy mọi mục tiêu hiền thiện,

Và khởi sinh đại hỷ lạc nơi thân tâm nhu nhuyễn.

Biết được điều này, các hành giả du-già dũng mãnh không ngừng tu tập

Pháp thiền định phá tan sự phân tâm nguy hại.

Bậc Thầy tôn kính của ta đã làm như thế.

Và người cầu tìm giải thoát như ta cũng sẽ làm theo như thế.

Hiện nay, chúng ta chịu sự kiểm soát của tâm thức, và tâm thức ta lại bị các cảm xúc phiền não khống chế, nên chúng ta rơi vào các hành vi xấu ác một cách không tự chủ. Chúng ta có thể tạo ra một số thiện hạnh nhỏ nhặt nào đó, nhưng vì thiếu sự định tâm nên những thiện hạnh ấy thường là yếu ớt. Sẽ thật là hữu ích nếu chúng ta có được sự định tĩnh, nhất tâm. Ví dụ, khi chúng ta ngủ thì hầu hết các tầng lớp tâm thức thô trược hơn bị phân rã. Nếu chúng ta có một kinh nghiệm thích thú hay khó chịu nào đó trong giấc mơ hay một cơn ác mộng, khi tỉnh giấc ta vẫn còn có thể cảm nhận được ảnh hưởng của kinh nghiệm đó. Mặc dù ta biết rằng kinh nghiệm đó diễn ra trong giấc mơ, khi ta đang ngủ, nhưng sau khi thức giấc ta vẫn có thể cảm thấy tác động của nó. Nếu đó là một cơn ác mộng, khi thức giấc ta cảm thấy thật tồi tệ và tâm hồn ta bị xáo động. Khi thức giấc sau một giấc mơ đẹp, ta cảm thấy sung sướng. Điều này chỉ rõ một sự khác biệt lớn về tác động của những gì được kinh nghiệm bởi các tầng lớp tâm thức thô trược hơn so với các tầng lớp tâm thức vi tế hơn. Vì vậy, nếu tâm thức ta định tĩnh hơn thì ta sẽ kiểm soát tốt hơn sự thực hành thiện hạnh. Do đó, sự an định được gọi là vua của tâm thức.

Định tâm có nghĩa là khi chúng ta muốn trụ tâm vào một đối tượng nào đó thì tâm sẽ an định nơi đối tượng đó như một ngọn núi. Đó là cách giải thích sự định tâm về mặt thiền định. Dù cho chúng ta có thực hành *thiền quán* (quán chiếu phân tích) hay *thiền định* (tập trung nhất tâm), thì việc đạt đến sự định tâm vẫn là cực kỳ quan trọng. Thông qua sự thực hành như thế, chúng ta sẽ có khả năng khơi dậy kinh nghiệm hỷ lạc, giúp cho thân tâm chúng ta hoạt động hiệu quả. Biết được điều này, các vị đại hành giả Du-già luôn nương vào thiền định, vì thiền định giúp tiêu diệt kẻ thù là sự phóng tâm. Tất nhiên, việc thành tựu trạng thái nhất tâm không phải là một thực hành riêng biệt chỉ có ở Phật giáo, nhưng vì trạng thái nhất tâm quá quan trọng nên chúng ta thấy có sự chỉ dạy cách thực hành để đạt đến trạng thái nhất tâm trong cả Kinh điển Hiển giáo cũng như trong các Tantra Mật thừa.

Giảng giải chánh văn

Theo sự giải thích chung, trước tiên chúng ta phải suy ngẫm về tầm quan trọng và các phẩm tính của thiền định. Nhờ đó, chúng ta phát khởi tâm nguyện sẽ đạt được các phẩm tính này, chúng ta phát khởi niềm tin và thực hành chánh tinh tấn, nhờ đó loại bỏ sự lười nhác và đạt đến sự nhu nhuyễn. Sau đó, chúng ta phải tập trung kiên định vào đối tượng mà không hề xao lãng. Không những ta không được phóng tâm xao lãng, mà điều quan trọng là trong tâm thức ta phải luôn có một hình ảnh rõ rệt của đối tượng. Tâm thức phải thật mãnh liệt, nhạy bén và trong sáng. Hình ảnh của đối tượng trong tâm không được rõ là do hôn trầm. Không an trụ được nơi đối tượng là do trạo cử. Hôn trầm và trạo cử là những chướng ngại chủ yếu trong thực hành thiền định. Để đối trị hôn trầm, ta phải tăng cường trạng thái nhất tâm của tâm thức và khi tâm thức chúng ta bị phấn khích thì chúng ta phải bình tâm tĩnh lặng.

Trên nền tảng như vậy, chúng ta sẽ đạt đến một trạng thái thiền định hoàn hảo, bắt đầu với chín giai đoạn thiền định, chẳng hạn như hướng tâm, tương tục hướng tâm...[1] Bằng cách này, chúng ta có thể đạt đến một tâm thức an định. Chúng ta có thể sử dụng bất kỳ đối tượng nào để đạt đến sự an định, nhưng theo truyền thống Kinh điển thì ta có thể chọn hình tượng đức Phật Thích-ca Mâu-ni, vì điều đó mang lại nhiều thuận lợi và công đức lớn lao. Khi tu tập

---

[1] Xem thêm về 9 giai đoạn thiền định do Đức Đạt-lai Lạt-ma giảng giải trong sách Rộng mở tâm hồn, NXB Tôn giáo - 2012, trang 258 - 266 (Nguyễn Minh Tiến và Ngọc Cẩm dịch).

theo Mật thừa, ta có thể chú tâm vào vị bổn tôn của mình.

Kế tiếp là Bát-nhã ba-la-mật, chánh văn dạy rằng:

Bát-nhã là đôi mắt để nhìn thấu lẽ chân như thâm diệu,

Là chánh đạo giúp nhổ bật gốc rễ luân hồi,

Là kho báu tri thức được xưng tán trong tất cả Kinh điển,

Ai cũng nhận đây là ngọn đèn sáng nhất để xua tan bóng tối vô minh.

Biết được điều này, những bậc trí giả cầu tìm giải thoát,

Luôn nỗ lực hết sức mình theo pháp tu tập này.

Bậc Thầy tôn kính của ta đã làm như thế.

Và người cầu tìm giải thoát như ta cũng sẽ làm theo như thế.

Bát-nhã còn được gọi là tuệ giác phân biệt. Ngài Long Thọ từng nói rằng, mục đích cuối cùng của chúng ta là đạt đến Niết-bàn và giác ngộ, và để đạt được mục đích đó, chúng ta cần có đức tin và lòng bi mẫn đi kèm với trí tuệ. Nếu thực hành lòng bi mẫn mà không đi kèm với trí tuệ thì sẽ không có hiệu quả. Không có trí tuệ, niềm tin sẽ trở thành giống như là mù quáng. Có thể đó không đích thực là niềm tin mù quáng, nhưng vì chúng ta không thấy được lý do dẫn đến niềm tin ấy, nên nó giống như là niềm tin mù quáng. Trong trường hợp này, chúng ta có thể dễ dàng bị lôi cuốn vào một con đường sai trái, vì ta không có lý lẽ thích hợp nào để đi theo con đường ấy. Ngược lại, nếu chúng ta phát khởi niềm tin dựa trên trí tuệ và lập luận, thì cho dù có ai đó cố dẫn dắt ta đi sai đường, ta cũng sẽ không tin vào người đó. Tương tự, nếu việc thực hành lòng bi mẫn của ta được hỗ trợ bởi sự tu tập trí tuệ, thì một khi đã gánh vác trách nhiệm cứu giúp chúng sinh, chúng ta sẽ có khả năng đạt được mục đích mong muốn.

Có nhiều loại trí tuệ, như trí tuệ hiểu biết năm ngành khoa học[1] và trí tuệ chứng ngộ chân đế. Vì đang đề cập đến mục tiêu giải thoát khỏi vòng luân hồi, nên chúng ta quan tâm chủ yếu là loại trí tuệ rốt ráo, hay trí Bát-nhã. Do đó, chánh văn giảng rằng trí Bát-nhã giống như con mắt để nhìn thấu lẽ chân như thâm diệu. Cho dù vẫn chưa trực tiếp chứng ngộ lẽ chân như, nhưng nếu chúng ta lĩnh hội được thấu đáo ý nghĩa của chân như thì gốc rễ luân hồi sẽ bị nhổ bật. Đây là kho báu chứa mọi phẩm tính được

---

[1] Ở đây chỉ năm ngành học theo truyền thống Ấn Độ và hiện nay vẫn còn phổ biến ở nhiều tự viện lớn tại Tây Tạng, được gọi là Ngũ minh, bao gồm: 1. Y phương minh (醫方明; s: cikitsāvidyā): là y học, dược học; 2. Công xảo minh (工巧明; s: śilavidyā): nghiên cứu công nghệ, nghệ thuật, kĩ thuật, khoa học; 3. Nhân minh (因明; s: hetuvidyā): phương pháp lý luận, gọi Luận lí học theo đạo Phật; 4. Thanh minh (聲明; s: śabdavidyā): khoa nghiên cứu ngôn ngữ, văn phạm, tương tự như Ngôn ngữ học ngày nay; 5. Nội minh (內明; s: adhyātmavidyā): nghiên cứu, tìm hiểu ý nghĩa của kinh sách trong phạm vi Phật giáo, còn gọi là nội điển.

xưng tán trong tất cả Kinh điển. Mặc dù chúng ta thấy có rất nhiều chủ đề được giải thích theo những cách khác nhau trong Kinh điển, nhưng tất cả cuối cùng đều dẫn đến điểm quan trọng nhất là ý nghĩa của duyên khởi và tính Không.

Do đó, trong tác phẩm *"Xưng tán duyên khởi"*, ngài Tsongkhapa đã tán thán đức Phật Thích-ca Mâu-ni rằng: *"Tất cả giáo pháp của Ngài chung quy lại là lý duyên khởi."* Đây là ngọn đèn sáng nhất xua tan bóng tối vô minh. Bằng trí tuệ, chúng ta thu thập nhiều tầng tri thức khác nhau. Ở tầng cao nhất, chính nhờ vào trí tuệ thấu hiểu lý vô ngã mà chúng ta có thể loại bỏ quan niệm sai lầm về tự ngã. Do đó, khi nhận thức được điều này thì bậc trí giả mong cầu giải thoát sẽ cố gắng phát khởi trí tuệ nói chung và đặc biệt là trí tuệ chứng ngộ chân đế.

Để hiểu được ý nghĩa của chân như, bản thân ngài Tsongkhapa đã nghiên cứu nhiều Kinh luận của các bậc đại sư Ấn Độ và Tây Tạng. Vì bậc đạo sư tôn quý đã nỗ lực rất nhiều trong việc tu tập theo con đường trí tuệ này, nên chúng ta cũng noi theo như thế.

Khi nói về trí tuệ nhận hiểu lý vô ngã, chúng ta phải xác định được vô ngã nghĩa là gì. Chúng ta có thể có nhiều loại trí tuệ, như trí tuệ hiểu được tiếng Tây Tạng, trí tuệ hiểu được tiếng Trung Hoa, trí tuệ hiểu được tiếng Anh... Tương tự, dựa theo chức năng thì cũng có nhiều loại trí tuệ như trí tuệ quảng đại, trí tuệ sáng suốt, trí tuệ nhạy bén... Ngày nay, các nhà khoa học cũng giải thích rằng, không ai biết được hết tiềm năng của bộ óc con người và không ai có khả năng sử dụng trọn vẹn [khả năng của] bộ óc mình. Tôi cho đây là điều lý thú. Dù quý vị có gọi đó là bộ óc hay tâm thức con người thì chúng ta cũng có một tiềm năng rất lớn để khám phá các điểm vi tế. Các nhà khoa học chỉ ra rằng, có nhiều phần của bộ óc chưa được sử dụng đến hoặc chúng ta không có khả năng sử dụng. Điều này hàm nghĩa rằng tâm thức con người có kích thước vô hạn.

Khi nói về *vô ngã*, chúng ta đang nói đến sự vắng mặt của *"ngã"*. Chúng ta cần phải hiểu cái *"ngã"* đang bị phủ định ở đây là gì. Cái *"ngã"* bị phủ định ở đây là về mặt ý thức. Những gì bị bác bỏ bởi sự phủ định của ý thức thì hẳn phải là điều không tồn tại. Nếu điều ấy quả có tồn tại thì sự suy luận lý trí đã không thể bác bỏ chúng. Nhưng nếu là đối tượng phủ định của con đường tu tập thì điều đó hẳn phải hiện hữu [nên mới cần được phủ định]. Khi chúng ta dấn thân trên đường tu tập, đối tượng của sự phủ định đó là một điều gì quả thật hiện hữu nhưng [sự hiện hữu đó] là vô ích, vì thế ta loại bỏ điều ấy bằng cách tu tập theo đạo pháp.

Sự *vô ngã* mà chúng ta đề cập ở đây là sự vắng mặt một cái *"ngã"* vốn chưa bao giờ tồn tại trước đó. Giờ thì quý vị có thể hỏi rằng, nếu đó là một cái *"ngã"* không tồn tại, thì tại sao ta lại phải nói về sự vắng mặt của cái *"ngã"* như thế? Mặc dù cái *"ngã"* đó không tồn tại, nhưng do quan niệm sai lầm, chúng ta nghĩ rằng một cái *"ngã"* như thế có tồn tại. Từ nhận thức sai lầm này, chúng ta bị nhầm lẫn, và do sự nhầm lẫn đó ta phạm vào các hành vi xấu ác. Vì vậy, những gì chúng ta đang cố gắng xác lập ở đây là sự không tồn tại của cái *"ngã"* vốn được tưởng tượng ra bởi một ý thức sai lầm hay tâm ý lệch lạc. Khi chúng ta đi đến một kết luận thông qua sự phân tích, rằng một cái *"ngã"* như thế là không hề tồn tại, thì tất cả các tầng lớp ý niệm khác được tạo ra bởi nhận thức sai lầm như vậy về cái *"ngã"* sẽ không còn hiện hữu.

Hầu hết các giáo lý trong đạo Phật đều giảng giải về *vô ngã*. Ý nghĩa của *vô ngã* có rất nhiều tầng bậc: có tầng bậc ý nghĩa được thừa nhận chung bởi cả bốn trường phái;[1] có tầng bậc trình bày độc đáo về ý nghĩa của *vô ngã* và *ngã* bị phủ nhận bởi trường phái Duy thức; và cũng có tầng bậc ý nghĩa trình bày theo các trường phái Trung quán kinh lượng và Trung quán cụ duyên. Bằng cách dần dần nắm hiểu được tất cả các tầng bậc giảng giải ý nghĩa khác nhau này, chúng ta sẽ đạt đến sự nhận hiểu thấu đáo về những gì là đối tượng của sự phủ định. Bởi thế, khi phủ định đối tượng của sự phủ định, ta phát khởi tuệ giác nhận hiểu tính Không.

Chúng ta đã và đang đề cập đến phần giáo pháp tu tập dành cho những người có căn cơ cao. Chúng ta đã thảo luận vì sao việc phát tâm Bồ-đề là phương

---

[1] Bốn trường phái lớn của Phật giáo Tây Tạng, được gọi là Tứ đại thuyết phái, bao gồm: Trung quán tông, Duy thức tông, Kinh lượng bộ và Đại Tì-bà-sa bộ.

cách duy nhất để đạt đến quả vị Phật, về các pháp hành Bồ Tát đạo, và về sự tu tập đặc biệt các pháp thiền *định* và *tuệ*. Chúng ta đã hoàn tất phần giảng giải về định và tuệ [trong chánh văn]. Dưới đây sẽ đề cập đến phần kệ tụng giảng giải rằng chúng ta nên tu tập đồng thời cả định và tuệ .

Chưa từng thấy chỉ riêng định lực nhất tâm,
Lại đủ sức nhổ bật gốc rễ luân hồi.
Và chỉ riêng trí tuệ, không có tâm an định,
Thì dù quán chiếu bao lâu cũng không thể dứt trừ phiền não, cảm xúc.
Vì thế, hãy đặt trí tuệ thấy biết hoàn hảo về thực tại,
Lên yên ngựa vững chãi là sự an định.
Và dùng vũ khí sắc bén là lẽ Trung đạo, không rơi vào cực đoan,
Để phá tan mũi dùi của những nhận thức cực đoan,
Thông qua việc mở rộng trí tuệ và quán chiếu thích hợp,
Sẽ khởi sinh tuệ giác nhận hiểu thực tại.
Bậc Thầy tôn kính của ta đã làm như thế.
Và người cầu tìm giải thoát như ta cũng sẽ làm theo như thế.

Chỉ riêng định lực nhất tâm sẽ không đủ sức để nhổ bật gốc rễ luân hồi. Tương tự, cho dù chúng ta có một trí tuệ rất sâu xa thấu hiểu được ý nghĩa tính

Không, nhưng nếu không có khả năng thâm nhập sâu vào đối tượng của thiền định thì chúng ta sẽ không thể sử dụng được toàn bộ năng lực của tâm thức. Do đó, chúng ta phải đặt tuệ giác hiểu biết được trạng thái hiện hữu rốt ráo của vạn pháp lên trên lưng con ngựa thiền định vững chãi và sử dụng giáo lý Trung đạo, vốn vượt khỏi nhị biên. Được như vậy, chúng ta sẽ có khả năng phá trừ được quan niệm sai lầm về bản ngã.

Không nghi ngờ gì, sự thuần thục nhất tâm,

Sẽ dẫn đến tâm an định.

Nhưng biết được rằng, cho dù sự phân tích quán chiếu đúng đắn,

Có tạo ra định lực kiên cố an trú trong thực tại,

Thì sự nỗ lực hợp nhất giữa định và tuệ,

Vẫn là điều diệu kỳ thật đáng xưng tán.

Bậc Thầy tôn kính của ta đã làm như thế.

Và người cầu tìm giải thoát như ta cũng sẽ làm theo như thế.

Chúng ta sẽ thành tựu sự an định trong thiền tập không chỉ nhờ vào sự tập trung nhất tâm, mà còn thông qua sự phân tích quán chiếu của tâm thức, vốn cũng đưa đến một tâm ổn định. Do đó, chúng ta phải tinh tấn thực hành cả hai pháp tu tập định và tuệ.

Khi cân bằng định tuệ, nuôi dưỡng tánh Không như hư không,

Giảng giải chánh văn

Ra khỏi thiền định, quán xét tánh Không như huyễn ảo.

Hợp nhất cả phương tiện thiện xảo và trí tuệ, là điều được xưng tán,

Như tác nhân giúp cho mọi thiện hạnh của chư Bồ Tát thăng hoa,

Thấu hiểu điều này, những kẻ hữu duyên sẽ không bao giờ

Thỏa mãn với chỉ một trong hai pháp tu tập.

Bậc Thầy tôn kính của ta đã làm như thế,

Và người cầu tìm giải thoát như ta cũng sẽ làm theo như thế.

Trong khi nhập thiền định, chúng ta quán chiếu ý nghĩa của tính Không giống như mang tính chất của hư không. Nói cách khác, chúng ta đã quán chiếu ý nghĩa vô ngã của con người và vô ngã của vạn pháp, bằng cách sử dụng nhiều phương pháp suy luận lô-gích khác nhau, như lý duyên sinh, lý đoạn trừ bốn biên kiến[1] v.v... Trên nền tảng những phương pháp suy luận đa dạng này, chúng ta đã loại bỏ đối tượng

---

[1] Bốn biên kiến về sự tồn tại (Sa. caturanta, bo. mtha' bzhi) là một mệnh đề của Ngài Long Thọ bao gồm: 1) Tất cả các pháp đều tồn tại (khẳng định sự tồn tại phủ nhận sự không tồn tại). 2) Tất cả các pháp đều không tồn tại (khẳng định sự không tồn tại phủ nhận sự tồn tại). 3) Tất cả các pháp đều vừa tồn tại vừa không tồn tại (khẳng định sự không tồn tại và sự tồn tại). 4) Tất cả các pháp đều không tồn tại mà cũng không không tồn tại (phủ định cả sự tồn tại và sự không tồn tại).

của sự phủ định và rồi quán chiếu về điều đó. Bởi vì chúng ta thấu hiểu được ý nghĩa của tính Không trong suốt thời gian nhập thiền định, nên khi các pháp trình hiện trước chúng ta [trong giai đoạn sau thiền định] giống như có sự tồn tại trên cơ sở tự tính, ta có thể quán thấy rằng dù các pháp trình hiện theo cách như vậy, nhưng tất cả sự trình hiện này đều chỉ do vô minh và tâm thức tiêu cực của chúng ta tạo ra.

Nhờ vào năng lực của sự nhận hiểu từ trước, chúng ta sẽ có khả năng thấy được mọi pháp đều như huyễn. Tuy mọi pháp trình hiện giống như có sự tồn tại trên cơ sở tự tính, nhưng thật ra không hề có điều ấy. Do đó, nhận thức của chúng ta trong giai đoạn sau thiền định cũng sẽ củng cố thêm việc hành thiền của ta. Và việc hành thiền thành tựu lại ảnh hưởng đến giai đoạn sau thiền định. Bằng cách đó, chúng ta sẽ có thể sử dụng kết hợp phương tiện và trí tuệ. Cả hai pháp này sẽ bổ sung cho nhau thay vì mâu thuẫn nhau. Hai pháp tu tập này góp phần thành tựu hai thân Phật: Sắc thân và Pháp thân. Vì thế, điều quan trọng là phải dấn thân tu tập trọn vẹn thay vì chỉ tu tập một trong hai pháp.

Đây là yêu cầu chung[1] *cho cả hai đường tu tối thượng,*

---

[1] Theo bản dịch của Sherpa Tulku, Khamlung Tulku, Alexander Berzin và Jonathan Landaw (1973, © LTWA, Dharamsala) thì yêu cầu được đề cập ở đây là các yếu tố: xả ly luân hồi, phát tâm Bồ-đề và nhận thức đúng về tánh Không. Mời xem thêm phần Phụ lục ở cuối sách.

Giảng giải chánh văn

Thuộc Đại thừa: nhân thừa và quả thừa.[1]

Khi những yếu tố này đã phát triển thích hợp,

Hãy tìm sự bảo hộ nơi một [đạo sư như] thuyền trưởng tài ba,

Và mạo hiểm đi vào đại dương mênh mông của [bốn] lớp Tan-tra,

Theo đúng những chỉ dẫn khẩu truyền hoàn chỉnh.

Bằng cách đó sẽ làm cho cuộc đời tự do và may mắn này trở nên đầy ý nghĩa.

Bậc Thầy tôn kính của ta đã làm như thế,

Và người cầu tìm giải thoát như ta cũng sẽ làm theo như thế.

Trước hết, chúng ta phải lắng nghe kỹ về ý nghĩa của sự tu tập tích cực. Sau đó, chúng ta phải

---

[1] Nhân thừa là một tên gọi khác của kinh thừa và quả thừa là tên gọi của mật thừa hay Kim Cang thừa. Lý do của tên gọi này theo Lama Yeshe trong tác phẩm "Introduction to Tantra, a Vision of Totality" (Wisdom Publication. 1987. ISBN 0861710215) giải thích rằng việc tu tập theo kinh điển để đi đến giác ngộ là quá trình tiệm biến thanh lọc các sai sót của tâm và phát triển các phẩm chất tốt như từ bi trí huệ. Việc tu tập này thông qua giới, định và tuệ tạo nên nhân duyên cho việc giác ngộ trong tương lai nên gọi là nhân thừa. Trong khi đó, theo phương tiện tu tập của mật thừa thì ngoài việc tạo các nhân duyên trên, người tu tập còn mượn chính hình ảnh giác ngộ này làm khởi điểm cho tu tập. Tức là tập ngay cách cách nói, nghĩ và hành vi như là một vị Phật. Phương pháp này được xem là nhanh hơn cho nên mật thừa có thể gọi quả thừa (hay nhân-quả thừa).

suy ngẫm về ý nghĩa của những gì đã nghe và thực hành thiền tập. Thông qua việc lắng nghe *(văn)*, suy ngẫm *(tư)* và thực hành thiền tập *(tu)*, chúng ta sẽ hình thành con đường tu tập, và theo sự chỉ bảo, hướng dẫn của một bậc đạo sư kim cang thiện xảo, một đại học giả chứng ngộ, chúng ta sẽ bước vào một đại dương của Tantra. Nếu chúng ta có thể kết hợp bổ sung việc tu tập mật thừa với tu tập kinh thừa, thì ta sẽ có được một sự chỉ dẫn trọn vẹn để làm cho cuộc đời mình trở nên đầy ý nghĩa. Dù ta không thể đạt đến quả vị Phật ngay trong đời này, ta cũng sẽ gieo vào tâm thức mình một chủng tử sâu sắc nhờ đã dấn thân tu tập trọn vẹn. Qua nhiều kiếp sống nối tiếp nhau, chúng ta sẽ đi từ hạnh phúc này đến hạnh phúc khác và cuối cùng sẽ thành tựu quả Phật.

Có thể có nhiều người trong chúng ta, kể cả tôi, rất say mê tu tập Phật pháp và luôn tham dự các buổi giảng Pháp như thế này. Nhưng cũng có thể có nhiều người mới lần đầu tiên được nghe những buổi giảng Pháp kéo dài đến thế. Điều quan trọng là phải ghi nhớ những điều quý vị đã học được và kiên trì tu tập. Vì quý vị đã nhận được bản luận giải về tác phẩm *"Yếu lược các giai đoạn trên đường tu giác ngộ"* nên hãy cố gắng đọc và suy ngẫm ý nghĩa của nó. Khi đọc bản văn, hãy cố gắng nhớ lại ý nghĩa đã được giảng giải và cố gắng nhận hiểu. Một khi đã chắc chắn hiểu được rồi, hãy cố gắng suy ngẫm và thiền quán nhiều lần về ý nghĩa đó để nó được ghi sâu vào trong tâm trí quý vị.

Do đó, trước tiên quý vị phải chọn được một đối tượng để thiền quán, rồi sau đó quý vị phải thiền quán liên tục về đối tượng ấy, làm cho tâm thức mình thuần thục với việc tu tập hay giáo pháp đó. Trước hết, hãy nhận hiểu tổng quát về toàn bộ các giai đoạn trên đường tu tập, và khi thực sự tiến hành tu tập thì hãy khởi sự từ bước đầu tiên và tích lũy kinh nghiệm một cách trình tự, có hệ thống. Đến một lúc, quý vị sẽ thấu hiểu được tinh yếu của toàn bộ giáo pháp về Các giai đoạn trên đường tu giác ngộ. Nếu quý vị tiếp tục thiền quán sâu xa hơn thì chủ đề thiền quán sẽ trở nên gần gũi với tâm thức quý vị. Vào lúc đó, quý vị có thể chắc chắn rằng việc thiền quán của quý vị sẽ hữu ích và thành công. Bằng cách đó, quý vị sẽ tích lũy kinh nghiệm về đối tượng trên cơ sở tu tập thiền quán. Dần dần, quý vị sẽ đạt đến giai đoạn tập trung tâm thức vào đối tượng mà không cần phải nỗ lực nhiều.

Kinh nghiệm dựa trên sự nỗ lực có nghĩa là có một giai đoạn mà quý vị suy ngẫm về một ý nghĩa cụ thể nào đó của bản văn này thông qua suy luận và lý lẽ. Quý vị sẽ có thể chú tâm vào đó và biết được điều đó có nghĩa gì, nhưng có thể quý vị sẽ không có khả năng hiểu hay thiền quán về điều này mà không sử dụng đến suy luận và lý lẽ. Điều này có nghĩa là quý vị đang nỗ lực để hiểu được ý nghĩa bản văn. Nếu thực hành như vậy liên tục thì quý vị sẽ dần dần đạt đến trình độ gọi là hành trì bất dụng công, đó là lúc tâm thức của quý vị không cần phải sử dụng đến suy luận và lý lẽ để hiểu được ý nghĩa [của bản văn]. Hiện nay, chúng ta chịu sự tác động quá mạnh mẽ bởi các cảm xúc phiền não đến nỗi ta chẳng bao giờ thoát khỏi chúng, chúng luôn có mặt cùng với ta. Nếu quý vị rèn luyện tâm thức cho thuần thục với các pháp tu tích cực thì rồi cũng sẽ có lúc các ảnh hưởng tích cực của sự tu tập trở nên mạnh mẽ đến mức quý vị không thể nào mất đi ảnh hưởng ấy.

Chúng ta thấy là các pháp tu tập Bổn sư Du-già rất quan trọng và hữu ích trong cả bốn truyền thống của Phật giáo Tây Tạng,[1] do đó mà các pháp tu này giữ một vai trò trọng yếu. Quý vị có thể hành trì bất kỳ pháp tu Bổn sư Du-già nào theo với truyền thống cụ thể của mình.

Đến đây là kết thúc bản văn *"Yếu lược các giai đoạn trên đường tu giác ngộ"*. Những dòng kệ tiếp theo sau giải thích lý do vì sao Ngài Tsongkhapa biên soạn tác phẩm, đồng thời hồi hướng công đức của việc làm này.

Ta đã giảng giải bằng lời lẽ dễ hiểu

Toàn bộ đường tu giác ngộ làm chư Phật hoan hỷ

Để chính ta được thuần thục với đường tu ấy

Và cũng để giúp cho những ai có thiện duyên.

Với công đức này, xin nguyện cho tất cả chúng sinh

---

[1] Bốn trường phái Phật giáo chính ở Tây Tạng Bao gồm: 1) Ninh-mã (bo. nyingmapa); 2) Ca-nhĩ-cư (bo. kagyupa); 3) Tát-ca (bo. skya pa); 4) Cách-lỗ (bo. gelugpa).

Chẳng bao giờ bị tách rời khỏi đường tu thanh tịnh và hiền thiện này.

Đây là lời nguyện của bậc đạo sư tôn quý của ta,

Và người cầu tìm giải thoát như ta cũng xin phát nguyện như thế.

Nhờ từ tâm của bậc thầy thông tuệ

Mà ta có thể đến được với giáo pháp của bậc Đạo sư vô thượng

Do đó, ta hồi hướng công đức này để tất cả chúng sinh

Đều được chăm nom bởi các bậc thiện tri thức xuất chúng.

Nguyện cho ta và tất cả chúng sinh

Được tái sinh thành đại đệ tử

Của thầy ta là Losang Drakpa

Tại Cõi Hoan Hỷ hay Cực Lạc

Hay bất kỳ cõi tịnh độ nào mà Ngài đang ngự trị.

Trước hết, hãy rộng đường tìm kiếm

Để được nghe thật nhiều giáo pháp

Sau đó, xem toàn bộ kinh văn truyền thừa

Như lời khuyên dạy trực tiếp của vị thầy.

Cuối cùng thì ngày đêm không ngừng tu tập,

Và hồi hướng tất cả cho sự hưng thịnh của Chánh pháp.

Bài giảng của đức Đạt-lai Lạt-ma XIV tại Thekchen Choling, Dharamsala, mùa xuân năm 1993, ngài Geshe Lobsang Jorden dịch sang Anh ngữ và Jeremy Russell hiệu đính. Phần Chánh văn của ngài Tsongkhapa do Ruth Sonam dịch sang Anh ngữ và giữ bản quyền. Việc sử dụng phải được sự đồng ý của dịch giả.

Nguồn: CHÖ YANG - The Voice of Tibetan Religion & Culture No.7. Biên tập: Pedron Yeshi & Jeremy Russell.

Bản dịch tiếng Việt được thực hiện với sự cho phép bằng văn bản của ngài Rajiv Mehrotra, thay mặt cho Tổ chức The Foundation for Universal Responsibility of His Holiness The Dalai Lama tại Ấn Độ.

MỤC LỤC

DẪN NHẬP 5
GIẢNG GIẢI CHÁNH VĂN 21

Lời thưa

Trong kinh Pháp Cú, đức Phật dạy rằng: "Pháp thí thắng mọi thí." Thực hành Pháp thí là chia sẻ, truyền rộng lời Phật dạy đến với mọi người. Mỗi người Phật tử đều có thể tùy theo khả năng để thực hành Pháp thí bằng những cách thức như sau:

1. Cố gắng học hiểu và thực hành những lời Phật dạy. Tự mình học hiểu càng sâu rộng thì việc chia sẻ, bố thí Pháp càng có hiệu quả lớn lao hơn. Nên nhớ rằng **việc đọc sách còn quan trọng hơn cả việc mua sách**.

2. Phải trân quý kinh điển, sách vở in ấn lời Phật dạy. Khi có điều kiện thì mua, thỉnh về nhà để tự mình và người trong gia đình đều có điều kiện học hỏi làm theo. Không nên giữ làm của riêng mà phải sẵn lòng chia sẻ, truyền rộng, khuyến khích nhiều người khác cùng đọc và học theo. Không nên để kinh sách nằm yên đóng bụi trên kệ sách, vì **kinh sách không có người đọc thì không thể mang lại lợi ích**.

3. Tùy theo khả năng mà đóng góp tài vật, công sức để hỗ trợ cho những người làm công việc biên soạn, dịch thuật, in ấn, lưu hành kinh sách, **để ngày càng có thêm nhiều kinh sách quý được in ấn, lưu hành**.

Thông thường, việc chi tiêu một số tiền nhỏ không thể mang lại lợi ích lớn, nhưng nếu sử dụng vào việc giúp lưu hành kinh sách thì lợi ích sẽ lớn lao không thể suy lường. Đó là vì đã giúp cho nhiều người có thể hiểu và làm theo lời Phật dạy. Mong sao quý Phật tử khắp nơi đều lưu tâm đóng góp sức mình vào những việc như trên.

TINH YẾU THỰC HÀNH PHÁP THÍ

- *Mua thỉnh kinh sách về đọc, tự mình sẽ được rất nhiều lợi ích.*

- *Chia sẻ, truyền rộng bằng cách cho mượn, biếu tặng kinh sách đến nhiều người thì lợi ích ấy càng tăng thêm gấp nhiều lần.*

- *Đóng góp công sức, tài vật để hỗ trợ công việc biên soạn, dịch thuật, giảng giải, in ấn, lưu hành kinh sách thì công đức lớn lao không thể suy lường, vì có vô số người sẽ được lợi ích từ việc lưu hành kinh sách.*

www.ingramcontent.com/pod-product-compliance
Lightning Source LLC
LaVergne TN
LVHW011727060526
838200LV00051B/3066